# മരങ്ങൾക്കിടയിൽ ഒരു മൊണാസ്ട്രി

**Marangalkidayil Oru Monastery**
Novel

Jacob Abraham

CHINTHA PUBLISHERS
Thiruvananthapuram



*First Edition*
December 2024

*Published & Typesetting*
Chintha Publishers, Thiruvananthapuram

*Printed at*
Akshara Offset, Thiruvananthapuram

*Cover Design*
Vinod Mangoes

ISBN : 978-93-48573-57-5

CO - 3582 / 7292

**₹ 190**

Email: chinthapublishers@gmail.com
Website: www.chinthapublishers.com

A version is available at National Libraries
Kolkata, Mumbai, Chennai and Delhi

Distribution
**DESHABHIMANI BOOK HOUSE**
H O Thiruvananthapuram 695035

Branch
Head Office Kunnukuzhi • Statue Thiruvananthapuram
Saphalyam Complex Thiruvananthapuram
Machingal Lane Thrissur • IG Road Kozhikode
Mavoor Road Kozhikode • NGO Union Building Kannur
Central Bus Terminal Complex Thavakkara Kannur

# മരങ്ങൾക്കിടയിൽ ഒരു മൊണാസ്ട്രി

ജേക്കബ് ഏബ്രഹാം

ചിന്ത പബ്ലിഷേഴ്സ്
തിരുവനന്തപുരം 695 035
വില: ₹ 190

## ജേക്കബ് ഏബ്രഹാം

പത്തനംതിട്ട ജില്ലയിലെ നെല്ലിക്കാലയിൽ ജനിച്ചു. ഇംഗ്ലീഷ് സാഹിത്യത്തിലും പത്രപ്രവർത്തനത്തിലും ബിരുദം. *മരങ്ങൾക്കിടയിൽ ഒരു മൊണാസ്ട്രി* (നോവൽ), *വിഷമവൃത്തങ്ങളിൽ വിശുദ്ധർ* (നോവൽ), *അ മുതൽ അം വരെ പോകുന്ന തീവണ്ടി* (നോവൽ), *കുമരി* (നോവൽ), *ക്രിസ്മസ് പുസ്തകം, വാൻഗോഗിന്റെ കാമുകി* (നോവൽ), *റ്റാറ്റ* (കഥ ), *ശ്വാസഗതി* (കഥ), *ഉറക്കംതൂങ്ങി മരങ്ങളുടെ നഗരം* (കഥ), *കാച്ചിയ മോരിന്റെ മണമുള്ള ഉച്ചനേരങ്ങൾ* (കഥ), *റ്റാറ്റ* (ഇംഗ്ലീഷ് വിവർത്തനം) എന്നിവയാണ് കൃതികൾ. കേരളസാഹിത്യ അക്കാദമി ഗീതാ ഹിരണ്യൻ പുരസ്കാരം, മാതൃഭൂമി ആഴ്ചപ്പതിപ്പ് വിഷുപ്പതിപ്പ് കഥാമത്സരത്തിൽ ഒന്നാം സമ്മാനം, കേരള ഭാഷാ ഇൻസ്റ്റിറ്റ്യൂട്ട് കാരൂർ കഥാ പുരസ്കാരം, കൈരളി സരസ്വതി സാഹിത്യ പുരസ്കാരം, ഡി സി ബുക്ക്സ് റൊമാൻസ് ഫിക്ഷൻ ചുരുക്കപ്പട്ടിക അവാർഡ് തുടങ്ങി നിരവധി അംഗീകാരങ്ങൾ. മാതൃഭൂമി ക്ലബ്ബ് എഫ് എം ൽ ഒരു പതിറ്റാണ്ടിലധികം സീനിയർ കോപ്പി റൈറ്ററായി ജോലി ചെയ്തു. ഇപ്പോൾ കേരള സർക്കാർ സാംസ്കാരിക കാര്യവകുപ്പ് സ്ഥാപനമായ *മലയാളം മിഷനിൽ* റേഡിയോ മലയാളം പ്രൊജക്ട് ഹെഡ്.

ഭാര്യ : വീണ റോസ്കോട്ട് (എഴുത്തുകാരി)
മകൻ : ലൂതു ഹാരു
Phone : 9995011323
Gmail : jakobabraham@gmail.com
FB : Jacob Abraham
Insta : Jacobabrahamwriter

# പ്രസാധകക്കുറിപ്പ്

പ്രണയം, ലൈംഗികത, ആത്മീയത, ആസക്തി, ഭ്രമാത്മകത എന്നിവയെ മൊണാസ്ട്രിയുടെ പശ്ചാത്തലത്തിൽ ആഴത്തിൽ പരിശോധിക്കുന്ന നോവൽ. മലയാള നോവൽ ശാഖയിലെ സ്പിരിച്വൽ ത്രില്ലർ എന്ന നിലയിൽ പരിഗണിക്കപ്പെടാൻ സാധ്യതയുള്ള രചന. മലയാളികളുടെ പ്രിയ എഴുത്തുകാരൻ ജേക്കബ് ഏബ്രഹാമിന്റെ പുതിയ നോവൽ *മരങ്ങൾക്കിടയിൽ ഒരു മൊണാസ്ട്രി* എന്ന കൃതി വായന സമൂഹത്തിനു മുന്നിൽ സമർപ്പിക്കുന്നു

**ചിന്ത പബ്ലിഷേഴ്സ്**

# പന്ത്രണ്ട് മരങ്ങൾ തന്ന നോവൽ

പ്രീഡിഗ്രിക്കാലത്തെ ഒഴിവുകാലത്താണ് ഞാൻ വാഗമണ്ണിലെ കുരിശുമല ആശ്രമത്തിലേക്ക് ചിത്രകാരനായ സുഹൃത്തിനൊപ്പം പോകുന്നത്. തേയില ചെടികളും പൈൻ മരങ്ങളും വളർന്നുനിൽക്കുന്ന കുരിശുമല മൊണാസ്ട്രി, ആദ്യകാഴ്ചയിൽത്തന്നെ എന്റെ ഹൃദയം കവർന്നു. ബെൽജിയംകാരനായ സന്ന്യാസി പണ്ടെപ്പോഴോ ആരംഭിച്ച മൊണാസ്ട്രി. ശാന്തിയുടെ സന്ദേശവുമായി മെല്ലെ നീങ്ങുന്ന നീല മേഘങ്ങൾ, പൈൻ മരങ്ങളിലെ തണുത്ത കാറ്റ്, സൗമ്യതയുടെ പ്രതീകമായ സന്ന്യാസിമാർ. ചിത്രകാരൻ കാഴ്ചകളൊക്കെയും വര പുസ്തകത്തി ലാക്കി. പുല്ല് മേയുന്ന പശുക്കൾ, മരങ്ങൾ, ഒറ്റപ്പെട്ട വഴികൾ, തേയില മലകൾ എല്ലാം വരഞ്ഞിട്ടു.

അനുവാദമില്ലാതെ പ്രവേശിക്കരുത് എന്നെഴുതിയ കവാടം കടന്ന് ഞാൻ മൊണാസ്ട്രിയുടെ വിശുദ്ധ ആവൃതിയിലേക്ക് നടന്നു. പന്ത്രണ്ട് മരങ്ങൾ. യേശുദേവന്റെ പന്ത്രണ്ട് ശിഷ്യൻമാരെ പ്രതിനിധീകരിക്കുന്ന ആവൃതി. നടുക്ക് ആർക്കോ ഇരിക്കാനെന്നവണ്ണം ഒരു കാട്ടുകല്ല്. പെട്ടെന്ന് മരങ്ങളിൽ ഇലകളിൽ ആരുടെയോ വരവ് പോലെ കാറ്റ് ചിതറി. ഞാൻ പേടിച്ചു. ആവൃതിയിൽനിന്നും ആരും കാണാതെ പുറത്തിറങ്ങി.

അന്ന് വാഗമണ്ണിൽനിന്നും ചുരമിറങ്ങുമ്പോൾ ആദ്യനോവലിന്റെ ആദ്യ ചിന്തകൾ ഉരുവപ്പെട്ടു. *മരങ്ങൾക്കിടയിൽ മൊണാസ്ട്രി* എന്ന് നോവലിന് മനസ്സിൽ പേരിട്ടു.

ചരൽക്കുന്ന് ക്യാമ്പ് സെന്റർ പത്തനംതിട്ടയിലെ ചരൽക്കുന്ന് ഗ്രാമത്തിലാണ്. പലപ്പോഴും ചരൽക്കുന്നിൽ ഞാൻ കറങ്ങി നടന്നിട്ടുണ്ട്.

കുട്ടിക്കാലത്ത് പല തവണ സൺഡേ സ്കൂളിൽനിന്നും ചരൽക്കുന്നിലെ ക്യാമ്പുകളിൽ പങ്കെടുത്തിട്ടുണ്ട്. ചരൽക്കുന്നിൽ നിറയെ മരങ്ങളാണ്. മാവുകളും കാട്ടുഞാവൽ മരങ്ങളും ചരൽക്കുന്നിലെ മരങ്ങൾ കാറ്റിലാടുന്ന കാഴ്ച മനോഹരമാണ്.

വാഗമണ്ണിലെ കുരിശുമലയിൽനിന്നും മനസ്സിൽ രൂപപ്പെട്ട നോവൽ ഞാൻ ചരൽക്കുന്നിന്റെ പശ്ചാത്തലത്തിൽ ചിന്തിക്കാൻ തുടങ്ങി. മൊണാസ്ട്രികളുടെ വിശുദ്ധി ആത്മീയതയുടെ സാഫല്യമാണ്. പലപ്പോഴും ആത്മീയതയുടെ പേരിലുള്ള ഇടങ്ങളിൽ നിഗൂഢത നിഴലിക്കുന്നുണ്ട്. ജാതിക്കും മതത്തിനും അതീതമാണ് ആത്മീയ ദർശനങ്ങൾ.

ചരൽക്കുന്നിൽ നടക്കുന്ന നോവലാണിതെങ്കിലും ഉള്ളിലുള്ളത് ഭാവനാസൃഷ്ടിയാണ് ക്യാമ്പ്. ക്രിസ്തീയതയുടെ ആത്മീയ വിശുദ്ധിയുടെ നിറവ് എല്ലാ മതങ്ങളെയും ഉൾക്കൊള്ളുന്നു. നോവലിൽ ഭാവനയുടെ തുറസ്സിലാണ് മൊണാസ്ട്രിയെ പ്രതിഷ്ഠിച്ചിരിക്കുന്നത്. ചരൽക്കുന്ന് എന്നത് ഒരു ഭാവനാസ്ഥലിയായി കാണാം. ഒരു സഭയെയും വിമർശിക്കുക എന്നതും നോവലിന്റെ ലക്ഷ്യമല്ല. പക്ഷേ, പൊതുവായ ഇടങ്ങളിലെ ആത്മീയ നഷ്ടത്തിലേക്ക് നോവൽ വിരൽ ചൂണ്ടുന്നു.

കുരിശുമലയും ചരൽക്കുന്നും തന്ന നോവലാണിത്.

സസ്നേഹം
**ജേക്കബ് ഏബ്രഹാം**

# ഒന്ന്

**അ**ടുത്ത സ്റ്റോപ്പാണ് ചരൽക്കുന്ന്... കണ്ടക്ടർ പറഞ്ഞതനുസരിച്ച് അതുൽ ബസിലെ ലഗേജ് കാരിയറിൽനിന്നും ബാഗെടുത്ത് ക്വാറികളിലേക്ക് ജോലിക്ക പോകുന്ന അതിഥി തൊഴിലാളികളുടെ ഇടയിലൂടെ നൂണ്ട് വാതിൽക്കലേയ്ക്കെത്തിനിന്നു. പൊടി പറത്തി ബസ്സ്റ്റോപ്പ് പിടിച്ചു. കണ്ടക്ടർ അതിഥി തൊഴിലാളികളെ ഓരോരുത്തരെയായി ടിക്കറ്റ് പരിശോധിച്ചാണ് ഇറക്കിവിടുന്നത്. നിങ്ങളൊക്കെ രണ്ടാംതരം പൗരൻമാരാണെന്നുള്ള ഭാവം അയാളുടെ മുഖത്ത് വിളങ്ങിനിന്നു. ചുരം എന്നു പറയാനൊക്കില്ലെങ്കിലും അത്യാവശ്യം വലുതായ ഒരു താഴ്‌വാരത്തിന്റെ മലമ്പാതയിലൂടെ കുതിച്ചുകയറിയാണ് ബസ് ഇവിടെ വരെ എത്തിയത്. വേനലിന്റെ കാഠിന്യം ബസ് യാത്രയ്ക്കിടയിൽ മുഖത്തേക്കു വീശിയടിച്ച പഴുത്ത കാറ്റിൽ അതുൽ അനുഭവിച്ചിരുന്നു. താഴ്‌വാരത്തെ റബ്ബർമരങ്ങളും കൊക്കോത്തോട്ടങ്ങളും തിളച്ച് ഉരുകിക്കിടന്നു.

അതിഥിത്തൊഴിലാളികൾക്കും പിന്നാലെയിറങ്ങിയ നാട്ടുകാരായ രണ്ടുമൂന്നു പേർക്കും ശേഷമാണ് അതുലിന് ബസിൽനിന്നും ഇറങ്ങാൻ കഴിഞ്ഞത്. ഇറങ്ങിയതും കാതിലൊരു ഇരമ്പം ബാക്കിവച്ച് കറുകച്ചാലിൽ വേഗത്തിൽ ചെന്നടിയാനായി ആ നീലക്കളർ ബസ് മലമ്പാതയിലെവിടെയോ നഷ്ടപ്പെട്ടു. ഒരേ ജില്ലയിൽ തന്നെയാണ് താൻ യാത്ര തുടങ്ങിയ സ്ഥലവും യാത്ര അവസാനിപ്പിച്ച സ്ഥലവും എന്നറിയാമെങ്കിലും നാലഞ്ചുവർഷമായുള്ള ബാംഗ്ലൂർ ജീവിതം അതുലിന് അത്രമേൽ സ്വന്തം നാടിനോടുള്ള അപരിചിതത്വം വർദ്ധിപ്പിച്ചിരുന്നു. തന്നെയുമല്ല ജന്മജില്ലയുടെ ഈ ഭാഗത്തേക്കൊന്നും അതുൽ ബസ്സിൽപ്പോലും സഞ്ച

രിച്ചിട്ടില്ല. ഇത്തരമൊരു സ്ഥലത്തേക്ക് ജോലിതേടിയെത്തേണ്ടിവരുമെന്ന കാര്യം വിദൂരമായ സ്വപ്നങ്ങളിൽ പോലുമില്ലായിരുന്നു. ഇന്റർവ്യൂവിന് 40 പേരുണ്ടായിരുന്നു. പിന്നെ എന്തുകൊണ്ടാണ് തന്നെ ഇന്റർവ്യൂ ബോർഡ് തിരഞ്ഞെടുത്തത്? യാത്രയിലുടനീളം ഈ ചിന്തയുടെ കാര്യകാരണങ്ങൾ തേടുകയായിരുന്നു മനസ്സ്.

'വാണ്ടഡ് ഫോർ എ വേൾഡ് റിനൗൺഡ് ക്യാമ്പ് സെന്റർ.' എന്ന ക്യാപ്ഷനിൽ *ദ് ഹിന്ദു* ദിനപ്പത്രത്തിന്റെ തൊഴിൽപ്പേജിൽ വന്ന ആ ചെറിയ പരസ്യം എം ബി എ ബിരുദമുള്ള വൈബ്രന്റും യങ്ങും 30 വയസ്സിൽ താഴെയുള്ള ഒരു അസിസ്റ്റന്റ് മാനേജരെ തേടിയുള്ളതായിരുന്നു. ക്യാമ്പ് സെന്റർ ഒരു കുഗ്രാമത്തിലാണെങ്കിലും കനപ്പെട്ട ശമ്പളം സഭയുടെ സമ്പത്തുപോലെ ആരെയും വിസ്മയിപ്പിക്കുന്നതായിരുന്നു. അതുൽ അങ്ങനെ ഒരു കാൻഡിഡേറ്റാവുകയും ബോർഡിന്റെ കർശന പരിശോധനയിൽ അംഗീകരിക്കപ്പെടുകയും ചെയ്തു.

ബാംഗ്ലൂരിലെ ഇൻകാർണേഷൻ എന്ന കോൾസെന്ററിൽ ഒരു കോൾസെന്റർ എക്സിക്യൂട്ടീവായിരുന്നു ഈ യാത്രയ്ക്ക് രണ്ടുമാസം പത്തുദിവസം മുമ്പുവരെ അതുൽ. ഒരു ഐറിഷ് കള്ളപ്പേരിൽ യു എസ് ക്ലയന്റ്സിന് ക്രെഡിറ്റ് കാർഡ് വിറ്റ് ഡിപ്രഷൻ ബാധിച്ചപ്പോൾ ശത്രുവായ ടീം ലീഡറിനൊരു പാരയും വച്ച് അതുൽ വീട്ടിലേക്ക് മടങ്ങി.

ചിഞ്ചൂസ് ബേക്കറി, മാർജിൻ ഫ്രീ മാർക്കറ്റ്, മൂന്ന് രാഷ്ട്രീയ പാർട്ടികളുടെ കൊടി മരങ്ങൾ, വിശുദ്ധ കന്യാമറിയത്തിന്റെ നേർച്ചക്കുട്, പൂട്ടിയിട്ടിരിക്കുന്ന മിനർവ കമ്പ്യൂട്ടർ സെന്റർ, പാതയോരത്ത് ഒരു തിരസ്കൃതനെപ്പോലെ നിൽക്കുന്ന ഒരു മുറുക്കാൻകട തുടങ്ങി ചരൽക്കുന്ന് ജംഗ്ഷൻ അതുലിന്റെ രണ്ടാം കാഴ്ചയെ രൂപപ്പെടുത്തി. ചിരിച്ചും ഉച്ചത്തിൽ വർത്തമാനം പറഞ്ഞും അതിഥി തൊഴിലാളികളുടെ സംഘം ക്വാറികളിലേക്കുള്ള വഴി തിരിഞ്ഞു. അതുൽ ഒരു ഓട്ടോ വിളിച്ചു.

"ചരൽക്കുന്ന്..."

അതുൽ പറഞ്ഞു.

ഓട്ടോ ഡ്രൈവർ ജംഗ്ഷനിൽനിന്ന് മുകളിലേക്ക് കിടക്കുന്ന റോഡിന്റെ കയറ്റത്തേക്ക് ഓട്ടോ ചെറുകെ ഇഴച്ചു തുടങ്ങി. നാലുമണി സൂര്യൻ മരങ്ങളിലും അന്തരീക്ഷത്തിലും സമയമറിയിച്ചുകൊണ്ടിരുന്നു.

ഒരു ആഗോള ക്രിസ്ത്യൻസഭയുടെ നേതൃത്വത്തിലാണ് ക്യാമ്പ് സെന്റർ നാല് എടുപ്പുകളിലായി തലയുയർത്തി നിൽക്കുന്നത്. *ഡ്രാക്കുള* എന്ന നോവൽ വായിച്ച ഏതൊരാളും ഒരു ഡ്രാക്കുള കോട്ട പോലെ എന്ന ഉപമകൊണ്ടാവും ക്യാമ്പ് സെന്ററിനെ നേരിടുക. കെട്ടിടസമുച്ചയത്തിന്റെ പ്രധാന ബിൽഡിംഗായ 'മദർ നേച്ചറി'ൽ ഒരു വിശാലമായ ഓഡിറ്റോറിയവും രണ്ടാം നിലയിൽ സെമിനാർ ഹാളും മൂന്നാം നിലയിൽ

ഡോർമിറ്ററികളും സ്ഥിതി ചെയ്യുന്നു. പാരഡൈസ് എന്നു നാമകരണം ചെയ്ത കെട്ടിടം പുതുതായി പണി കഴിപ്പിച്ച ഒരു മൾട്ടി പർപ്പസ് കൺവെൻഷൻ സെന്ററാണ്. ട്രിനിറ്റി എന്നു പേരിട്ട ഓടുമേഞ്ഞ പഴയ ബംഗ്ലാവാകട്ടെ, ക്യാമ്പ്സെന്ററിലെ അതിഥി മന്ദിരവും. എൻട്രൻസ് ഗേറ്റിനടുത്ത് ഗോഥിക് ആർക്കിടെക്ചർ രീതിയിൽ പണിതീർത്തിരിക്കുന്ന ബിൽഡിംഗിലാണ് ഓഫീസും മെസ്സും സ്ഥിതി ചെയ്യുന്നത്. പ്രധാന കെട്ടിട സമുച്ചയത്തിൽനിന്നും ദൂരെ മാറി വൻമരങ്ങളാൽ ചുറ്റപ്പെട്ടു നിൽക്കുന്ന കരിങ്കൽ കെട്ടിടത്തിലാണ് സഭയിലെ സന്ന്യസ്തരായ വൃദ്ധസന്ന്യാസിമാർ താമസിക്കുന്ന മൊണാസ്ട്രി സ്ഥിതി ചെയ്യുന്നത്. മൊണാസ്ട്രി ഡിസ്പെൻസറി എന്ന ബോർഡിലൊരു ഡിസ്പെൻസറിയും മൊണാസ്ട്രിയോടു ചേർന്നുള്ള കെട്ടിടത്തിൽ പ്രവർത്തിക്കുന്നു. കന്യാസ്ത്രീമഠം മരങ്ങൾക്കിടയിൽ മറഞ്ഞിരിക്കുന്നുണ്ട്. എല്ലാ കെട്ടിടങ്ങളുടെയും നടുവിലായി നിത്യമായ പ്രാർത്ഥനയിലെന്നവണ്ണം പായൽ വീണു തുടങ്ങിയ ചുവപ്പൻ ഓടുകളുള്ള ചാപ്പലും നിൽക്കുന്നു. കുറ്റൻ മാവുകളും പറങ്കിമാവുകളും ചൂളമരങ്ങളും യൂക്കാലിപ്സും പ്ലാവുകളും തെങ്ങും അതിരുകളിൽ മഞ്ഞപ്പൂക്കൾ വിരിയുന്ന പടർപ്പൻ ചെടിയും മറ്റ് വിദേശച്ചെടികളും ചേർന്ന് ഊട്ടിയിലും മൂന്നാറിലുമൊക്കെ കാണാൻ കഴിയുന്ന ഒഴിവുകാല വാസകേന്ദ്രങ്ങളുടെ ഭാവം ക്യാമ്പ്സെന്ററിന് പകരുന്നു.

കുട്ടികൾക്ക് കളിക്കാനായി സീസോ, നിരങ്ങിയിറങ്ങാൻ പാരപ്പറ്റ് സ്ലോപ്പുകൾ, കാറ്റാടിയന്ത്രം, താഴ്‌വര ദൃശ്യത്തിനായി കുറ്റൻ ബൈനോക്കുലർ, ജലധാരകൾ എന്നിവയൊക്കെ ക്യാമ്പ്സെന്ററിലെ ചിൽഡ്രൻസ് പാർക്കിന്റെ പ്രത്യേകതയാണ്. ബൈബിളിലെ വിശുദ്ധന്മാരുടെയും കന്യാമറിയത്തിന്റെയും പ്രത്യേക കഥാസന്ദർഭങ്ങളുടെയും പ്ലാസ്റ്റർ ഓഫ് പാരീസ് ശില്പങ്ങൾ, ചുവന്ന കടലിന്റെ ഒരു ചിത്രീകരണം തുടങ്ങി നിങ്ങൾ നിൽക്കുന്നതൊരു ക്രിസ്ത്യൻ ക്യാമ്പ് സെന്ററിലാണെന്നു വിളിച്ചുപറയുന്ന മനോഹരമായ സംവിധാനങ്ങൾ ഒരുക്കിയിരിക്കുന്നു.

സിനിമകളിലൊക്കെ കാണുന്നപോലെ ഓഫർ ലെറ്റർ (ക്യാമ്പ് സെന്ററിന്റെ മുദ്രയുള്ളത്) കാണിക്കുമ്പോൾതന്നെ റിസപ്ഷനിസ്റ്റ് തുള്ളിത്തുവുന്ന ഇൻസ്റ്റന്റ് പുഞ്ചിരിയോടെ മാനേജരുടെ ക്യാബിനിലേക്ക് നയിക്കുമെന്നും ഹസ്തദാനത്തോടെ പുഞ്ചിരിച്ചുകൊണ്ട് അദ്ദേഹം തന്നെ സ്വീകരിക്കുമെന്നും അതുൽ പ്രതീക്ഷിച്ചു. റിസപ്ഷനിസ്റ്റിന്റെ ഫ്രണ്ട് ഓഫീസ് ചെയർ ഒഴിഞ്ഞുകിടന്നു. പഴയ സിനിമകളിലെപ്പോലെ മാനേജർ എന്ന നെയിംബോർഡുള്ള ക്യാബിനിൽ ഇന്റർവ്യൂവിന് വന്നപ്പോൾതന്നെ അതുലിൽ ഒരു ചെറുചിരി ഉണർന്നിരുന്നു. പീപ്പ് ഹോളിലൂടെ എത്തി നോക്കിയതിനുശേഷം തിരിയുമ്പോഴാണ് നട

പ്പാതയിലൂടെ ഒഴുകിയിറങ്ങുന്ന ബ്ലാക്ക് മെഴ്സിഡസിനെ നോക്കി പുൽത്തകിടിയിൽനിന്നും കൈ വീശുന്ന മാനേജരെ അതുൽ കണ്ടത്. മെഴ്സിഡസിലിരുന്ന ബിഷപ്പിന്റെ മുഖം ഒരു നൊടിനേരം പാളിക്കണ്ടു. 'ഡാവിഞ്ചി കോഡി'ൽ കണ്ട കറുത്ത ഓഡിയിൽ ഉലകം ചുറ്റുന്ന തടിയൻ ബിഷപ്പിനെ ഈ ബിഷപ്പ് ഓർമ്മിപ്പിക്കുന്നുണ്ടോ?

മാനേജർ തിരിഞ്ഞതും അതുലിനെ കണ്ടു. "ഉം... വരൂ" ഒരു മുരടൻ ശബ്ദത്തിന്റെ ആജ്ഞാപനത്തോടെ അതുൽ ആനയിക്കപ്പെട്ടു. "നിങ്ങളുടെ ചില സർട്ടിഫിക്കറ്റ്സ് ഇനിയും വെരിഫൈ ചെയ്യണമെന്ന് അന്ന് പറഞ്ഞിരുന്നു. കൊണ്ടുവന്നിട്ടുണ്ടോ?" അതുൽ ഫയലിൽനിന്നും യൂണിവേഴ്സിറ്റി സർട്ടിഫിക്കറ്റും ഇൻകാർണേഷനിലെയും അബാദിലെയും ട്രെയിനിങ് സർട്ടിഫിക്കറ്റും മാനേജരുടെ മുമ്പിൽ സവിനയം കാഴ്ചവെച്ചു. കുറ്റങ്ങളൊന്നും കണ്ടുപിടിക്കാൻ കഴിയാത്ത ആൻസർ ഷീറ്റ് ലഭിച്ച അധ്യാപകന്റെ മുഖഭാവത്തോടെ മാനേജർ സർട്ടിഫിക്കറ്റുകൾ വെരിഫൈ ചെയ്തു. ഹല്ലേലൂയ്യാ എന്ന റിങ്ടോൺ മുഴങ്ങിയപ്പോൾ മാനേജർ സർട്ടിഫിക്കറ്റുകളിൽനിന്നും തലയുയർത്തി. തരംഗസന്ദേശത്തിന്റെ അങ്ങേത്തലയ്ക്കൽ മാനേജർ ഭയപ്പെടുന്ന ആരോ ആണെന്നു തീർച്ച. മാനേജർ കസേരയിൽ നിന്നുമെഴുന്നേറ്റ് കോറിഡോറിലേക്കിറങ്ങി. അതുലിന് ഒന്നും വ്യക്തമായി കേൾക്കാൻ കഴിഞ്ഞില്ല. തന്നെ പിന്തുടരാൻ ആംഗ്യം കാണിച്ച് വർത്തമാനം തുടർന്നുകൊണ്ട് മാനേജർ മദർനേച്ചറിലേക്ക് നടന്നു.

ഈ ബിൽഡിംഗിന്റെ മൂന്നാമത്തെ നിലയിലാണ് ഡോർമിറ്ററി. ഡോർമിറ്ററിയോട് ചേർന്നുള്ള മുറിയിൽ നിങ്ങൾക്ക് താമസിക്കാം. ഒന്നു ഫ്രഷാകൂ... നാളെ മീറ്റ് ചെയ്യാം.

സെൽഫോണിൽ വീണ്ടും ഹല്ലേലൂയ്യാ ചിലച്ചപ്പോൾ മാനേജർ അതുലിനെ തനിച്ചാക്കി ക്യാമ്പ്സെന്ററിന്റെ അതിഥി മന്ദിരത്തെ ലക്ഷ്യമാക്കി നടന്നു.

അതുലിനെ കാത്തെന്നവണ്ണം ഡോർമിറ്ററിയിൽ നിന്ന കെയർടേക്കർ ഏകദേശം രണ്ടുമൂന്ന് മണിക്കൂർ മുൻപ് ലോഷൻ കൊണ്ട് കഴുകിവൃത്തിയാക്കിയ മുറി തുറന്നു. ലോഷന്റെ ആശുപത്രിമണം മുറിയിൽനിന്നും ഒഴുകിയിറങ്ങി. ജനാലകളൊക്കെ തുറന്നിട്ടിരുന്നു. പാരപ്പെറ്റിനോട് ചേർന്ന് താണുകിടക്കുന്ന മാവിൻ ചില്ലകൾക്കിടയിലൂടെ അഞ്ചുമണി വെയിൽ മുറിയിൽ നീളൻരേഖകൾ വരച്ചു. സ്വന്തം കലാസൃഷ്ടി പ്രദർശിപ്പിച്ച് മറ്റുള്ളവരുടെ അഭിനന്ദനങ്ങൾക്കായി കൊതിച്ചുനിൽക്കുന്ന ചിത്രകാരനെപ്പോലെ കെയർടേക്കർ മുറിയുടെ വാതിലിൽത്തന്നെ നിൽക്കുന്നു. വൃത്തിയായി വിരിച്ചിരിക്കുന്ന നീലപ്പൂക്കളുള്ള ബെഡ്ഷീറ്റ്, നന്നായി മടക്കിവച്ചിരിക്കുന്ന പുതപ്പ്, മേശ, ചെയർ, കഴുകിവൃത്തിയായി

തുടച്ച നിലം അങ്ങനെ വൃത്തിയുടെയും ക്രമത്തിന്റെയും അച്ചടക്കത്തിന്റെയും പ്രതീകംപോലെ  നിൽക്കുന്ന കെയർടേക്കറെ നോക്കി അതുൽ നന്ദി നിറഞ്ഞ ഒരു ചിരി ചിരിച്ചു. ആ ചിരിക്കുവേണ്ടിയാണ് താനിത്രയും നേരം ഇവിടെ കാത്തുനിന്നത് എന്ന മട്ടിൽ ഏകാന്തമായി കോറിഡോറിൽ ചെരുപ്പടി ശബ്ദം കേൾപ്പിച്ച് കെയർടേക്കറുടെ സാന്നിദ്ധ്യം അകന്നുപോയി. കട്ടിലിലേക്ക് ദീർഘയാത്രയ്ക്കുശേഷം കുട്ടികൾ ചാടിവീഴുന്നതുപോലെ അതുൽ വീണു.

# രണ്ട്

**ക്യാ**മ്പ്സെന്ററിൽ എത്തുന്നതിനുമുൻപ് പോസ്റ്റ് മോഡേണിസം കഴിഞ്ഞ് ലേബലില്ലാത്ത 'ആധുനിക കാലഘട്ട'ത്തിൽ ചെറുപ്പക്കാർ കൂട്ടത്തോടെ കേരളത്തിൽനിന്നും പലായനം ചെയ്യുന്ന സ്ഥലമായ ബാംഗ്ലൂരിലേക്ക് അതുല്യം എടുത്തെറിയപ്പെട്ടു. വിരസവും മടുപ്പിക്കുന്നതും ആത്മഹത്യ ചെയ്യാൻ പ്രേരിപ്പിക്കുന്നതുമായ ഐ ടി ലോകം അതുലിന് ആദ്യമൊക്കെ ആവേശമായിരുന്നു. ഡെഡ്ലൈൻ മീറ്റ് ചെയ്ത് ടീം ലീഡർ പറഞ്ഞ ടാർജറ്റ് അച്ചീവ് ചെയ്തതിന് ആദ്യ രണ്ടുമാസത്തിനുള്ളിൽത്തന്നെ സാലറി ഹൈക്ക് നേടിയ മിടുക്കൻ. പിന്നീട് പിന്നീട് "എയാം കോളിങ് ഓൺ ബിഹാഫ് ഓഫ്..." എന്ന സെൽഫ് ഇൻട്രൊഡക്ഷൻ പറയുമ്പോൾ അതുലിന് ഛർദ്ദിക്കാൻ വന്നു. ദിവസവും ഷിഫ്റ്റ് കഴിഞ്ഞ് കാബിൽ രാത്രി 12 മണിയോടെ ലോഡ്ജിലെത്തുമ്പോൾ 'ലി ഓറിയലി'ന്റെ കൂറ്റൻ ഹോർഡിങ്ങിനുതാഴെ കാണാറുള്ള ഭ്രാന്തൻ തന്നെയും അയാളുടെ ലോകത്തേക്ക് ക്ഷണിക്കുന്നതായി അവനു തോന്നിത്തുടങ്ങി. എല്ലാ ദിവസവും അയാൾ അതുലിനെ കാത്ത് ആ പരസ്യ ബോർഡിനടിയിൽ നിൽക്കും. ആദ്യമൊക്കെ അയാൾ ഒരു സൈക്കോയായിരിക്കുമെന്ന് അതുൽ പേടിച്ചു.

പക്ഷേ, അയാൾ ചിരിക്കുക മാത്രമാണ് ചെയ്യുന്നത്. അയാളുടെ ചിരിയുടെ ചെവിദൂരത്തിൽനിന്നും അകലുന്നതുവരെ ഭയമാണ്. വന്യമായി, ഭ്രാന്തിന്റെ ഈ അവസ്ഥയിലേക്ക് അയാൾ തന്നെ ക്ഷണിക്കുന്നതായി അതുലിനു തോന്നി.

"ഡിയർ ഫ്രണ്ട്... ഇവിടെ നിങ്ങളുടെ ടീം ലീഡറും ടാർജറ്റ് അച്ചീവ്മെന്റും ഒന്നുമില്ല. ഒൺലി നിർവാണ. ടോട്ടൽ ബ്ലിസ്... ഐ ടി ലൈഫ്

മടുത്ത് കഞ്ചാവും മറ്റ് ഡ്രഗ്സുമായി കഴിയുന്ന പഴയ ഹിപ്പി തലമുറയുടെ പുതിയ പ്രതിനിധിയാണോ ഇയാൾ?"

പന്ത്രണ്ടുമണി കഴിഞ്ഞാണ് നിത്യവും ഉറക്കം. സ്വപ്നങ്ങളിൽ ഭ്രാന്തനും ഹോർഡിങ്ങിലെ സുന്ദരിയും മാറിമാറി വന്നു. സ്ലീപ്പ് ലെസ്സ്നെസിന്റെ അവസാനം ഇൻസോമാനിയ. റൂംമേറ്റ് എബിനാണ് അതുലിനെ ഡോക്ടർ യമുനയുടെ അടുത്തേക്ക് കൂട്ടിക്കൊണ്ടുപോയത്.

ടാബ്ലറ്റുകൾ കഴിച്ചുതുടങ്ങിയതും കോളിന്റെ ഇടയിൽത്തന്നെ അതുൽ ഉറങ്ങിത്തുടങ്ങി. ഒരിക്കൽ ഉറക്കം ഉണർന്നപ്പോൾ ഓഫീസിലുള്ള സകലരും സി ഇ ഒ ഉൾപ്പെടെ ചുറ്റും നിൽക്കുകയാണ്. നീനാ ശേഷാദ്രിയാണ് കൂളറിൽനിന്നും വെള്ളമെടുത്ത് മുഖത്തേക്ക് തളിച്ചത്. എക്സ്ട്രീം പ്രഷറിൽ ജോലിചെയ്യുന്നവർ അനുഭവിക്കുന്ന മാനസികപ്രശ്നങ്ങൾ അഭിമുഖീകരിക്കുന്ന അതുലിന് സൈക്യാട്രിസ്റ്റ് ഡിപ്രഷന്റെ മരുന്നുകൾ കുറിച്ചു. മധുരമായി ചിരിച്ചുകൊണ്ട് സി ഇ ഒ അതുലിനെ കമ്പനിയിൽനിന്നും പിരിച്ചുവിടുകയും ചെയ്തു. അതുലിന്റെ ജീവിതത്തെ ഒരു ബാംഗ്ലൂർ ഫ്ലാഷ്ബാക്ക് കൊണ്ട് തിരശ്ശീലയിടും മുൻപ് മറ്റൊന്നുകൂടി അവന്റെ പ്രത്യേകതയാണ്. ഒഴിഞ്ഞ പുരാതനസ്ഥലങ്ങളോടുള്ള കമ്പം.

വീട്ടിൽ തിരിച്ചെത്തിയതിനുശേഷം മിണ്ടാതെ മുറി അടച്ചിരിക്കുക, വൈകുന്നേരം ഏഴുമണിക്കുതന്നെ കിടന്നുറങ്ങുക തുടങ്ങിയ അതുലിന്റെ പുതിയ ശീലങ്ങൾ അവന്റെ അമ്മയുടെ പ്രാർത്ഥനയ്ക്കും കണ്ണീരിനും വിഷയീഭവിച്ചു. ക്യാമ്പ്സെന്റർ ഒരു തരത്തിൽ ഒരുതരം റിട്രീറ്റ് സെന്ററിന്റെ അനുഭവം നൽകുമെന്ന വിശ്വാസത്തിൽ അതുലിന് ഈ ജോലി ലഭിക്കാൻ ഒരു പ്രൈമറി സ്കൂൾ ഹെഡ്മിസ്ട്രസായ അമ്മ പള്ളിയിലേക്ക് അതുലിന്റെ ആദ്യശമ്പളത്തിന്റെ പകുതി നേർച്ചയായി നേരുകയും ചെയ്തു.

ഉണർന്നപ്പോൾ ക്യാമ്പ്സെന്ററിനെ ഇരുട്ട് പുതച്ചു കഴിഞ്ഞിരുന്നു. എത്രനേരം ഉറങ്ങിയെന്നോ, ഉറക്കത്തിൽ കണ്ട സ്വപ്നമോ അതുൽ ഓർത്തില്ല. അപരിചിതമായ ഈ മുറി ഏതെന്ന് സംശയിക്കുകയും ചെയ്തു. മെഡിസിൻ കഴിച്ച് പ്രതിരോധശേഷി കുറഞ്ഞ അതുലിന്റെ ബ്രെയിൻ 'ക്യാമ്പ്സെന്റർ' എന്ന സന്ദേശം അല്പം വൈകി അവനു നൽകി. ട്യൂബ് ലൈറ്റിട്ടതും മുറിയിലെ ഇരുട്ട് പെട്ടെന്ന് ഓടിയൊളിച്ചു. കുളിച്ച് ഫ്രഷായതിനുശേഷം മാനേജർ പറഞ്ഞതുപോലെ മെസ്സിലേക്ക് നടന്നു. പുൽത്തകിടിയിലെയും ശില്പങ്ങൾക്കിടയിലെയും വൈദ്യുതദീപങ്ങൾ തെളിഞ്ഞിട്ടുണ്ട്. ക്യാമ്പ്സെന്ററിന്റെ മറ്റ് ഭാഗങ്ങൾ ഇരുട്ടിന്റെ പുതപ്പിന് കീഴെ വലിഞ്ഞു കയറിക്കഴിഞ്ഞു.

മെസ്സിലെ ക്യാഷ്യർ ആരോടോ സംസാരിച്ചുകൊണ്ടുനിൽക്കുന്നു. മുൻ സൂചനകൾ ലഭിച്ചിരുന്നതുപോലെ ഇതാണപ്പോൾ പുതിയ ആൾ എന്ന ഭാവത്തിൽ മെസ്സ് ജീവനക്കാർ അതുലിനെ നോക്കുകയും പരസ്പ

രം അടക്കം പറഞ്ഞുകൊണ്ട് ചിരിക്കുകയും ചെയ്തു. വട്ടമേശകൾക്കുചുറ്റും ചൂരൽക്കസേരകൾ നിരത്തിയിരിക്കുന്ന മെസ്ഹാളിൽ 250 പേർക്കെങ്കിലും ഇരിക്കാൻ സൗകര്യമുണ്ട്. വിശാലമായ ഈ അന്തരീക്ഷത്തിൽ ഒറ്റയ്ക്ക് ഇരിക്കുമ്പോൾ അതുലിന് അപകർഷതാബോധം തോന്നി. ജീവനക്കാർ തന്നെ ശ്രദ്ധിക്കുകയാണ്.

എല്ലാം ചിലപ്പോൾ തന്റെ തോന്നലായിരിക്കും. ബ്രെഡും ഓംലെറ്റും കഴിച്ചതിനുശേഷം പുറത്തിറങ്ങിയപ്പോഴേക്കും അതുലിനെ ഉറക്കച്ചടവു ബാധിച്ചു. ഹാളിൽ ഉറക്കെ വച്ചിരിക്കുന്ന ടെലിവിഷനുചുറ്റും കൂട്ടംകൂടിയിരിക്കുന്ന മെസ്സ് ജീവനക്കാർ അതുൽ പോയതും ഒരു നുഴഞ്ഞുകയറ്റക്കാരന്റെ സാന്നിദ്ധ്യത്തെ തങ്ങളുടെ സംഘംചേരലിൽനിന്നും വീണ്ടും ഒഴിവാക്കിയതുപോലെ ആഹ്ലാദിക്കാൻ തുടങ്ങി. നീണ്ട നടപ്പാതയിലൂടെ ഡോർമിറ്ററിയിലേക്ക് നടന്നു. എയർടെല്ലിന്റെ റിംഗ്ടോൺ.

എബിനാണ്... അതുലിന് ശരിക്കും അത്ഭുതം വന്നു. ദൈവമേ ഇവിടെയും റേഞ്ച് കിട്ടുന്നുണ്ടോ... സംസാരം കഴിഞ്ഞപ്പോൾ, പണ്ട് ഒരു മൊബൈൽ ഫോണിന്റെ ടി വി പരസ്യത്തിനായി എബിൻ ഡെവലപ്പ് ചെയ്ത ഒരു കൺസപ്റ്റാണ് അതുലിന് പെട്ടെന്ന് ഓർമ്മ വന്നത്.

എല്ലാം പഴയതുപോലെ. ഈസ്റ്റ്മാൻ കളർ. വിളറിയ ദൃശ്യം. പ്രഭുവിന്റെ തടവിലായ ജോനാതൻ ഹാർക്കർ വിളറിയ ചന്ദ്ര പ്രകാശമുള്ള രാത്രിയിൽ കോട്ടയുടെ കൂറ്റൻ എടുപ്പിൽനിന്ന് താഴ്വാരത്തെ അഗാധതയിലേക്ക് നോക്കി മീനയെക്കുറിച്ച് ചിന്തിച്ച് നിൽക്കുകയാണ്. നിശ്ശബ്ദത. കാറ്റിന്റെ ശബ്ദം. അകലെനിന്ന് കേൾക്കാവുന്ന ചെന്നായ്ക്കളുടെ ഓരിയിടൽ. പെട്ടെന്ന് എയർടെല്ലിന്റെ റിംഗ്ടോൺ. ജോനാതൻ കോട്ടിന്റെ പോക്കറ്റിൽനിന്നും ഏറ്റവും പുതിയ മൊബൈൽ ഫോണെടുക്കുന്നു. സ്ക്രീനിൽ മീനാ കോളിംഗ് സൈനേജ് ക്യാപ്ഷൻ.

എവിടെയും പോകൂ... എന്തും ചെയ്യൂ...

ഒ ആൻഡ് എം എന്ന പരസ്യ ഏജൻസിയിൽ കോപ്പി റൈറ്റർ ട്രെയ്നിയാണ് എബിൻ. ഇത്തരമൊരു കരിയറാണ് നിനക്ക് പറ്റിയതെന്നു പറഞ്ഞ് എബിനും തന്നെ പ്രോത്സാഹിപ്പിച്ചു. യൂക്കാലിപ്സ് മരങ്ങളെയും ചൂളമരങ്ങളെയും ഒരു പിശറൻ കാറ്റിൽ ഉലച്ച് നിലാവ് പുൽത്തകിടിയിൽ വീണ് നിഴലുകൾ സൃഷ്ടിച്ചപ്പോൾ അതുലിന് പെട്ടെന്ന് പേടി തോന്നി.

ഡോർമിറ്ററിയുടെ പടവുകൾ ഒരു വിധത്തിൽ ഓടിക്കയറി. ജനലുകൾ എല്ലാം അടച്ചു. പുൽത്തകിടിയിലെ വൈദ്യുതദീപങ്ങൾ എല്ലാം അണച്ച് ക്യാമ്പ് സെന്റർമെല്ലെ ഉറക്കം തുടങ്ങി. കുട്ടിക്കാലത്ത് അമ്മ പഠിപ്പിച്ച പ്രാർത്ഥന ചൊല്ലാൻ കൂട്ടാക്കിയില്ലെങ്കിലും അതുൽ കുരിശുവരച്ചു കിടന്നു. കുരിശുവരച്ചു കിടന്നാൽ വാളുമായി നിൽക്കുന്ന മാലാഖമാർ

തലയിണയ്ക്കുചുറ്റും വാളും പരിചയുമായി നാലു സൈന്യത്തലവന്മാരെ പ്പോലെ നിൽക്കുമെന്നാണ് വിശ്വാസം.

*ബൈബിളി*ലെ 94-ാം സങ്കീർത്തനം. കുട്ടിക്കാലത്ത് അവനെ അമ്മച്ചി പഠിപ്പിച്ചിട്ടുണ്ട്. അതോർക്കാൻ ശ്രമിച്ചുകൊണ്ട് അതുൽ കിടന്നു. ജനാലയ്ക്കപ്പുറം അകലെ മലനിരകളുടെ നീലഛവി നേർത്ത് നിൽക്കുന്നുണ്ട്. ഒരു സ്വപ്നത്തിന്റെ അന്തരീക്ഷം പകരുന്നു. പെട്ടെന്നാണ് ഡിപ്രഷന്റെ ടാബ്‌ലെറ്റ്സുകളുടെ കാര്യം അതുൽ ഓർത്തത്. മെസ്സിൽനിന്നും വെള്ളമെടുക്കാൻ മറന്നുപോയി. ടാപ്പു തുറന്നു. ആദ്യം ഗുളിക വിഴുങ്ങി. രണ്ടാമത് തുരുമ്പിന്റെ ചുവയുള്ള വെള്ളവും. സൈലന്റ് നൈറ്റ്... ഹോളി നൈറ്റ്. കരോൾ രാത്രികളുടെ സംഗീതംപോലെ. മാവിൻ ചില്ലകളെ ഉലച്ച കാറ്റിന്റെ അവസാന താളവും കേട്ട് അതുൽ ഉറക്കത്തിലേക്ക് വീണു.

# മൂന്ന്

**വേ**നൽക്കാലത്ത് ചരൽക്കുന്നിന്റെ ആകാശങ്ങൾ നീല നിറത്തിൽ പരന്ന് കിടക്കും. വേനലിന്റെ കാഠിന്യം മുഴുവൻ ആകാശത്തേക്ക് കൈകൾ കൂപ്പി പ്രാർത്ഥനയിലെന്ന വണ്ണം നിൽക്കുന്ന വൃദ്ധമരങ്ങളിൽ വീഴും. മരങ്ങൾക്കിടയിലാണ് ക്യാമ്പ്സെന്ററും മൊണാസ്ട്രിയും സ്ഥിതിചെയ്യുന്നത്. കോഴഞ്ചേരിയിൽനിന്നും യാത്ര പുറപ്പെടുമ്പോൾതന്നെ കാണാം ആറ്റിൻതീരത്തെ വീടുകളെ മറച്ചുകൊണ്ട് മരക്കൂട്ടങ്ങൾ. തോട്ടവിളകളാണ് അധികവും. ജാതിമരങ്ങൾ, സപ്പോട്ട, നെല്ലി, അരണ മരങ്ങൾ, ക്രിസ്മസ് മരങ്ങൾ, പിന്നെ വീടുകൾക്കുചുറ്റും വളർന്നു നിൽക്കുന്ന റബ്ബർ മരങ്ങൾ.

പമ്പയുടെ തീരത്തുകൂടി സഞ്ചരിക്കുന്ന ഏതൊരാൾക്കും തോളോടുതോൾ ചേർന്ന് നിൽക്കുന്ന മരക്കൂട്ടങ്ങൾ കണ്ട് അത്ഭുതപ്പെടാം. ചരൽക്കുന്നിലെ മരങ്ങളിൽ പരമപ്രധാനം മാവുകളാണ്. വേനലിൽ പൊഴിഞ്ഞു വീഴാനായി ഇലച്ചാർത്തുകൾക്കിടയിൽ പഴുത്ത് തുടങ്ങിയിട്ടുണ്ട് മാങ്ങകൾ. കണ്ണിമാങ്ങകൾ, നാട്ടുമാമ്പഴങ്ങൾ, കിളിച്ചുണ്ടൻ, മൂവാണ്ടൻ, അങ്ങനെ വിവിധ ഇനങ്ങൾ. മാവുകൾ ക്കൊപ്പം മറ്റ് മരങ്ങളും ഇടകലർന്ന് വളർന്നു പന്തലിക്കുന്നു.

ഒരു മാവ് നടുമ്പോൾ ഭൂമിക്കൊരു കടയും നമുക്കൊരു മാമ്പഴവും കിട്ടുന്നു എന്നു പറഞ്ഞ് പ്രഭാതനടത്തത്തിൽ മാമ്പഴത്തോപ്പിൽ പ്രാർത്ഥന ചൊല്ലുന്ന ഫാദർ ഓംശ്ലുന്യയെ കാണാൻ സമയമാകുന്നതേയുള്ളൂ.

മൊണാസ്ട്രിയിലെ റെക്ടർ സന്ന്യാസിയാണ് ഫാദർ ഓംശ്ലുന്യ. നെഞ്ചുവരെ നീണ്ടു കിടക്കുന്ന വെളുത്ത താടിയും തിളങ്ങുന്ന കണ്ണുകളും

കാവി കുപ്പായവും അണിഞ്ഞ് ചരൽക്കുന്നിലെ മരങ്ങൾക്കും ചെടികൾക്കും ഇടയിലൂടെ പ്രഭാതവന്ദനം ചൊല്ലി തുടങ്ങും ആ സന്ന്യാസിയുടെ ഒരു ദിനം.

ക്യാമ്പ്സെന്ററിന്റെ ക്യാന്റീനിൽ ജോലിക്കു നിൽക്കുന്ന പീലി മൊണാസ്ട്രിയുടെ ഡിസ്പെൻസറിയുടെ പിന്നിലുള്ള കൃഷിക്കളത്തിൽനിന്നും കുറച്ചു ചീര പറിക്കാനായി പുലർച്ചെ ഇറങ്ങിയതായിരുന്നു. അയിരൂർ പിതാവ് ഐക്യുമിനിക്കൽ ക്ലർജി ഉദ്ഘാടനത്തിനായി എത്തുന്ന ദിവസമാണ്. ചുവന്ന ചീരയുടെ തോരനാണ് പിതാവിന്റെ ഇഷ്ടവിഭവം. ഉച്ചയൂണിന് ചീരത്തോരൻ വേണമെന്ന് മാനേജർ നേരത്തെ തന്നെ പീലിയോട് പറഞ്ഞിരുന്നു.

വെളുപ്പിനെത്തന്നെ അയാളുണർന്നു. അയിരൂർ പിതാവിനോട് കടപ്പാടുണ്ട്. മൊണാസ്ട്രിയിലെയും ക്യാമ്പ്സെന്ററിലെയും ജോലി പിതാവിന്റെ ശുപാർശയുടെ കാരുണ്യത്തിലാണ്.

ചരൽക്കുന്നിൽ, മൊണാസ്ട്രിയിൽ ആദ്യമുണരുന്നത് ഫാദർ ഓംശൂന്യയാണ്. നേരിയ മഞ്ഞിന്റെ ഇളംനീല തിരശ്ശീലയിൽ മയങ്ങിക്കിടക്കുന്ന പുലരിയിൽ പ്രകൃതിക്ക് പ്രാർത്ഥന ചൊല്ലുവാൻ പക്ഷികൾ ഉണരുന്നതുപോലെ ഫാദർ ഓംശൂന്യ ഉണരും. വേനലിന്റെ അവസാന ദിനങ്ങളിലൊന്നായിരുന്നു അത്. ചരൽക്കുന്നിലെ മാവുകളിൽ മാമ്പഴങ്ങൾ കുലകുലയായി പഴുത്ത് നിൽക്കുന്ന സമയം.

സ്ഥിരംകാണുന്നകാഴ്ചയായതുകൊണ്ട് വൃദ്ധസന്ന്യാസിയുടെമാവിൻ ചുവട്ടിലെ ജല്പനങ്ങൾക്ക് ചീരത്തോട്ടിലേക്ക് നടക്കുമ്പോൾ പീലി അത്ര ശ്രദ്ധ നൽകിയില്ല. എന്നാൽ ആ കാഴ്ച കുശിനിക്കാരന്റെ കണ്ണുകൾക്ക് വിശ്വസിക്കാൻ കഴിഞ്ഞില്ല.

ഫാദർ ഓംശൂന്യ ഒരു മാവിൽ പ്രാർത്ഥന ചൊല്ലി കുരിശു വരയ്ക്കുന്നു. എന്നിട്ട് കുസൃതി നിറച്ച ചിരിയോടെ മാവിനോട് ചോദിക്കുന്നു.

"മുത്തച്ഛാ... എനിക്ക് ഒരു മാമ്പഴം തരുമോ?"

ഇലച്ചാർത്തുകളിൽ ചെറിയൊരു മന്ദമാരുതൻ കടന്നുപോയതുപോലെ ഇലകൾ അനങ്ങുന്നു. ഒരു മാമ്പഴം മാവിൻചുവട്ടിൽ കൈകൾ ചേർത്ത് നിൽക്കുന്ന സന്ന്യാസിയുടെ കൈകളിൽ വീഴുന്നു. ആദ്യം കണ്ടത് യാദൃച്ഛികമായ മാമ്പഴ വീഴ്ചയാണെന്ന് കരുതി. മരങ്ങൾക്കിടയിലൂടെ മറഞ്ഞ് നടന്ന് പീലി സന്ന്യാസിയെ പിന്തുടർന്നു. അടുത്ത മാവും മാമ്പഴം വീഴുന്നു. അതിനടുത്ത മാവ്, അതിനടുത്ത മാവ് അങ്ങനെ പത്തോളം മാവുകൾ ഫാദർ ഓംശൂന്യയ്ക്ക് മാമ്പഴങ്ങൾ നൽകുന്ന ആ പ്രഭാത കാഴ്ചയോടെ മൊണാസ്ട്രിയിലെ സന്ന്യാസിവര്യന്മാരെപ്പറ്റി പറയുന്ന കഥകൾക്ക് സത്യമുണ്ടെന്ന് പീലിക്ക് തോന്നി. ചീരത്തോട്ടത്തിലേക്ക് പോകുന്നതിന് പകരം ഇരുപത്തിനാല് മണിക്കൂറും വിള

ക്കുകൾ പ്രാർത്ഥനയിൽ എരിയുന്ന ചാപ്പലിൽ വിലാപ്പുറങ്ങളിൽനിന്ന് കനിവോടെ നോക്കുന്ന തിരുരൂപത്തിനുമുമ്പിൽ വണങ്ങിനിന്നു കുശിനിക്കാരൻ.

ഫാദർ ഓംശ്ലൂന്യ മാവുകളോട് ചോദിച്ച് മാമ്പഴങ്ങൾ വീഴ്ത്തിയ ദൃഷ്ടാന്തം പറഞ്ഞപ്പോൾ മാനേജർ പീലിപ്പോസിനെ ഭർത്സിക്കുകയാണ് ചെയ്തത്. അതൊന്നും കേൾക്കാൻ താൽപര്യമില്ലാത്തപോലെ കാന്റീനിലെ കണക്കുപുസ്തകത്തിലേക്ക് അയാൾ നന്നായി ഷേവ് ചെയ്ത തുടുത്ത മുഖം പൂഴ്ത്തി.

എന്നാൽ ഉപ്പുകാരി റെയ്ച്ചൽ അങ്ങനെയല്ല പ്രതികരിച്ചത്. ദർശനാലയത്തിലെ വായനാപീഠം, വിശുദ്ധ സ്ഥലത്തെ മേശ, തിരശ്ശീല, പിച്ചളമൊന്ത, ലൈറ്റ്, ഫാൻ എല്ലാം തുടച്ചുകൊണ്ട് റെയ്ച്ചൽ നിൽക്കുന്നതിനിടയിലാണ് കുശിനിക്കാരൻ രാവിലെ മാന്തോട്ടത്തിൽ കണ്ട അത്ഭുതദർശനം അറിയിച്ചത്.

ആസ്ട്രേലിയൻ ബിഷപ്പായ കോർഫീൽഡ് വർഷങ്ങൾക്ക് മുമ്പുള്ള മാരാമൺ കൺവെൻഷന് പ്രസംഗിക്കാൻ വന്നപ്പോൾ ദർശനാലയത്തിന് സമ്മാനിച്ച വിശുദ്ധ മണിയിൽ മുട്ടി പീലിപ്പോസ് തന്റെ സാന്നിദ്ധ്യമറിയിച്ചു.

മൊണാസ്ട്രിയെയും ക്യാമ്പ്സെന്ററിനെയും പൊതുജനങ്ങളെയും ചരൽക്കുന്നിലെ നിവാസികളെയും തമ്മിൽ ബന്ധിപ്പിക്കുന്ന കേന്ദ്രബിന്ദുവാണ് ദർശനാലയം എന്ന ചാപ്പൽ. ഇരുപത്തിനാല് മണിക്കൂറും ആർക്കും പ്രവേശിക്കാവുന്ന ആലയം. വഴിപോക്കരിൽ പലരും തങ്ങളുടെ ആത്മീയ പ്രതിസന്ധികൾക്ക് ഉത്തരം കണ്ടെത്താനെന്നവിധം പ്രാർത്ഥനയിൽ ഏർപ്പെടുന്ന ഇടം. ചരൽക്കുന്നിലെ ആദ്യത്തെ മൊണാസ്ട്രിയുടെ കാലത്ത് പണിതതാണ് ചാപ്പൽ.

സുന്ദരമാണ് പ്രാർത്ഥനാലയത്തിന്റെ ഘടന. ആദ്യകാലങ്ങളിൽ ഈ കുന്നിൻപുറത്ത് മൊണാസ്ട്രിയുടെ കരിങ്കൽ കെട്ടിടം കഴിഞ്ഞാലുണ്ടായിരുന്ന പ്രധാനഭാഗം ചാപ്പലായിരുന്നു. ദർശനാലയത്തിന് വാതിലുകളോ ജനലുകളോ ഇല്ല. ഏതു സമയത്തും ആർക്കും പ്രവേശിച്ച് ദൈവവുമായി സംസർഗത്തിലാവാം. അദൃശ്യനായ പ്രപഞ്ചനാഥനുമായി മലയിലെ ഏകാന്തതയിൽ തനിച്ചിരിക്കുമ്പോൾ ലഭിക്കുന്ന ആത്മീയസുഖംതേടി നാനാജാതിമതസ്ഥർ ദർശനാല യത്തിൽ എത്താറുണ്ട്. മെഴുകുതിരികൾ എരിഞ്ഞുകത്തുന്ന രൂപക്കൂട് കാറ്റിൽ അണയാറില്ല. പുലരിയിൽ, രാത്രിയിൽ, നട്ടുച്ചകളിൽ ശരീരത്തിന്റെ ബലിയും ആത്മാവിന്റെ വീണ്ടെടുപ്പും നടക്കുന്ന ദിവ്യസ്ഥലം.

"റെയ്ച്ചലേ..."

ദർശനാലയത്തിന്റെ ഏകാന്തതയിൽ കുശിനിക്കാ രന്റെ ശബ്ദം

പ്രതിധ്വനിച്ചു. മണിയടി കേട്ടിട്ടും ഒരു സ്റ്റൂളിൽ കയറിനിന്ന് മച്ചിലെ ചിലന്തിവലകളെ നീളൻ ചൂലുകൊണ്ട് വലയടിച്ചു കൊണ്ടിരുന്നതിനാൽ കുറച്ചു വൈകിയാണ് റെയ്ച്ചൽ വിളി കേട്ടത്. തെല്ല് പേടിയോടെ തിരിഞ്ഞുനോക്കിയപ്പോൾ പീലിപ്പോസ്.

"ശ്ശോ... ഞാനങ്ങ് പേടിച്ചു പോയല്ലോ... പീലിച്ചാ..."

"ഓ... ഈ പട്ടാപകല് പേടിക്കാനക്കൊണ്ട് എന്തുവാ..."

"ഒന്നുമില്ല... അല്ലിയോ..."

റെയ്ച്ചലിന് അരിശം വരുന്നുണ്ടായിരുന്നു. എങ്കിലും പീലിപ്പോസിനോട് സ്നേഹമുണ്ട്. ക്യാന്റീനിൽനിന്നും മാനേജരുടെ കണ്ണുവെട്ടിച്ച് ബാക്കിയാവുന്ന ആഹാരസാധനങ്ങളൊക്കെ പാത്രങ്ങളിലാക്കി കൊടുത്തയക്കും. കഴിക്കാൻ എന്തെങ്കിലുമൊക്കെ എടുത്തുതരും.

"ഇന്നു പുലർച്ചെ ഞാനൊരു കാഴ്ച കണ്ടു എന്റെ റെയ്ച്ചലേ... അത് നിന്നോട് പറയാൻ വന്നതാ..."

"എന്നതാ കണ്ടത്..."

"അയിരൂർ പിതാവിന്റെ ഊണിന് കുറച്ചു ചീര പിഴുതെടുക്കാൻ മൊണാസ്റ്ററിയുടെ തോട്ടത്തിലേക്ക് രാവിലെ പോയതാ..."

"എന്നിട്ട്..."

"ഞാൻ നോക്കുമ്പോ ആ മരപ്രാർത്ഥന ചൊല്ലുന്ന സന്ന്യാസിയില്ലേ അങ്ങേര് മാവിൻചുവട്ടിൽനിന്ന് മാവിനോട് സംസാരിക്കുന്നു."

"ഓ... അത് സ്ഥിരം കാണുന്നതല്ലേ..."

"അതല്ലടീ..."

"പിന്നെന്താ..."

"ഓരോ മാവും ഒരു മാമ്പഴം വീതം ആ കൈവെള്ളയിലേക്ക് വീഴ്ത്തുന്നു."

"ഇന്നലെ എന്താ അടിച്ചത്... അല്ല വല്ലതും വലിച്ചാരുന്നോ... ഇത്തരം കാഴ്ചകളൊക്കെ സാധാരണ കഞ്ചാവ് വലിക്കുന്നവരാ കാണുന്നത്."

റെയ്ച്ചൽ പൊട്ടിച്ചിരിച്ചു. പിന്നെ അവൾ കുശിനിക്കാരനോട് ചെവിയിൽ പറഞ്ഞു.

"എന്റെ പീലിച്ചോ... അങ്ങനത്തെ പല കാര്യങ്ങളും ഞാനും കണ്ടിട്ടുണ്ട്. ആരോട് പറഞ്ഞാലും ആരും വിശ്വസിക്കുകേലാ. ആ സന്ന്യാസിമാര് ദൈവവരം കിട്ടിയവരാ..."

ആ സംഭാഷണത്തിൽനിന്നും കാഴ്ചയിൽനിന്നും കുശിനിക്കാരനെ മോചിപ്പിക്കാനെന്നവണ്ണം റെയ്ച്ചൽ സംസാരഗതി മാറ്റിവിട്ടു.

"ഒരു പുതിയ മാനേജർ വന്നെന്നു കേട്ടല്ലോ പീലിച്ചാ..."

"ആ... അസിസ്റ്റന്റ് മാനേജരാ..."

"ഇന്റർവ്യൂ ഭദ്രാസന തിരുമേനിയുടെ അരമനയിലായിരുന്നു. ഒരുപാട് പേരുണ്ടായിരുന്നെന്നാ കേട്ടത്... ഇപ്പോഴുള്ള മാനേജരെപ്പോലെ ആകാതിരുന്നാ മതിയാരുന്നു. കണ്ടിട്ട് നല്ല കൊച്ചനാന്നാ തോന്നുന്നെ."

"അയ്യോ ആള് വന്നോ...."

"ഇന്നലെ തന്നെ വന്നു."

"ആ കൊച്ചൻ നല്ലവനാണെങ്കിൽ സന്ന്യാസിമാരുടെ പ്രശ്നങ്ങൾക്കൊക്കെ ഒരു പരിഹാരമായേനേം.

"ആ പതിയെ പറ... ആ മാനേജരോ അയാളുടെ ശിങ്കിടികളോ കയറി വന്നാലുണ്ടല്ലോ നിന്റെ പണി പോകും... ഞാൻ പോവാ... അയിശ്രർ പിതാവിന്റെ ഊണിനുള്ളതൊക്കെ ശരിയാക്കുന്നതേയുള്ളൂ."

"ആ... അങ്ങനങ്ങ് പോകാതെ പീലിച്ചാ... ആ കൊച്ചെന്റെ പേരെന്താ..."

മാലാഖയുടെ നീളൻ ചിറകുകളിലെ ചിലന്തിവല തുടച്ചുകൊണ്ട് റെയ്ച്ചൽ ചോദിച്ചു.

"അതുൽ... അതാ പറഞ്ഞത്."

കുശിനിക്കാരൻ പേരും പറഞ്ഞ് ധൃതിയിൽ ചീരത്തോട്ടത്തിലേക്ക് പോയപ്പോൾ ദർശനാലയത്തിൽ റെയ്ച്ചൽ തനിച്ചായി. എരിയുന്ന മെഴുകുതിരികളും തിളങ്ങുന്ന വിശുദ്ധരൂപങ്ങളും അതിനിടയിൽ കുന്തിരിക്കത്തിന്റെയും അകിലിന്റെയും പരിമളവും ഒരു അലൗകിക അന്തരീക്ഷത്തിലെന്നവണ്ണം നിറഞ്ഞു. പല പല അത്ഭുത കഥകളും ചരൽക്കുന്ന് മൊണാസ്ട്രിയിൽനിന്നും അവൾ കേട്ടിട്ടുണ്ട്. സന്ന്യാസി വര്യന്മാരുടെ അത്ഭുതസിദ്ധികളുടെ കഥകൾ. കാറ്റ് മരങ്ങൾക്കിടയിലൂടെ ഊളിയിട്ട് മാവിൻ ചില്ലകളെ ഉലച്ചെത്തിയപ്പോൾ ദർശനാലയത്തിലെ വിശുദ്ധ മണികളിൽ ചെറിയ മുഴക്കങ്ങളുണ്ടായി. പ്രാർത്ഥനാ പുസ്തകങ്ങളിലൂടെ കാറ്റ് വിശുദ്ധത്രോണോസിനെ സ്പർശിച്ച് കടന്നുപോയി.

റെയ്ച്ചലിന് പകൽവെട്ടത്തിലും ചെറിയ പേടി തോന്നി. അനീതിയും അസമത്വവും നിലനിന്ന നാളുകളിൽനിന്ന് ചരിത്രത്തിലൂടെ നിലകൊണ്ട് ചരൽക്കുന്നിന്റെ ഗാംഭീര്യത്തിൽ ദുരൂഹമായ പല കഥകളുമുണ്ട്. ഒരിക്കൽ ദേശത്തിന് പ്രകാശം ചൊരിഞ്ഞ ആത്മീയകേന്ദ്രം പലതരം മത-രാഷ്ട്രീയ താൽപര്യങ്ങൾക്കായി ബലി കഴിക്കപ്പെട്ട വർത്തമാനം മൊണാസ്ട്രിയിലെ സന്ന്യാസിമാർക്കൊപ്പം പണ്ഡിത വിഷയങ്ങളിൽ ചർച്ചനടത്താൻ എത്തുന്ന കടമ്മറ്റത്ത് കത്തനാരെക്കുറിച്ചുള്ള നിറം പിടിപ്പിച്ച കഥകൾ അവൾ കേട്ടിട്ടുണ്ട്. നെല്ലിക്കൽ അച്ചൻ എന്ന പുരോഹിത വിപ്ലവകാരിയുടെ കഥകൾ..

അദൃശ്യമായ, അരൂപികളായ ആത്മാവുകളുടെ ആലയത്തിലെന്ന

വണ്ണം ദർശനാലയം മാറുന്നതായി അവൾക്ക് തോന്നി. ചരൽക്കുന്നിലെ വൃദ്ധമരങ്ങളുടെ വേരുകളും ചില്ലകളും നോക്കിക്കണ്ടാൽത്തന്നെ പേടി തോന്നും. റെയ്ച്ചൽ ചിന്തിച്ചു.

നീളൻ ചൂലുകൊണ്ട് ശുപ്പ് പണികൾ വേഗത്തിൽ തീർത്ത് അവൾ ദർശനാലയത്തിൽനിന്നും പുറത്തിറങ്ങി.

ആളൊഴിഞ്ഞ ദർശനാലയത്തിൽനിന്നും ചില മന്ത്രണങ്ങൾ ഉയർന്നു. ഹാലേലൂയ്യ... ഹാലേലൂയ്യ...

മണികളിൽ ആദിമദർശനംപോലെ സംഗീതം പൊഴിഞ്ഞു. മെഴുകുതിരി നാളങ്ങൾ ഒരു പ്രത്യേകതാളത്തിൽ നൃത്തമാടാൻ തുടങ്ങി.

# നാല്

**ചീ**രത്തോട്ടത്തിൽ ചുവന്ന ഇലകൾ വിടർത്തിയ ചീരകൾ പിഴുതെടുക്കുകയായിരുന്നു പീലി. കൃഷിത്തോട്ടത്തിനപ്പുറം സന്ന്യാസിമാരുടെ ഔഷധത്തോട്ടമാണ്. രണ്ടിനുമിടയിൽ തിരു. മുദ്രണാലയത്തിന്റെ പഴയ കെട്ടിടം കാണാം. ഒരു കാലത്ത് അച്ചടിയുടെ ശബ്ദം ചരൽക്കുന്നിൽ നിറഞ്ഞുനിന്നിരുന്നു. വേദപുസ്തകങ്ങളും മതഗ്രന്ഥങ്ങളുടെ തർജമയും മിഷണറി പ്രവർത്തനത്തെ സഹായിക്കുന്ന ലഘുലേഖകളുമൊക്കെ അച്ചടിക്കുന്നതിനായി പ്രിയോർ തദേവൂസ് പിതാവിന്റെ കാലത്താണ് അച്ചുകൂടം പ്രവർത്തനമാരംഭിച്ചത്. ജർമ്മനിയിൽനിന്നും കപ്പൽമാർഗ്ഗം കൊണ്ടുവന്ന അച്ചുകൂടയന്ത്രം ഖലാസികളുടെ സഹായത്തോടെയാണ് കരയ്ക്കെത്തിച്ചത്. അവിടെനിന്നും കഠിനമായ മനുഷ്യാധ്വാനത്തിന്റെ ഫലമായി ചരൽക്കുന്നിലെത്തി.

1772 ൽ റോമിൽ അച്ചടിച്ച *സംക്ഷേപ വേദാർത്ഥം* മലയാളത്തിൽ അക്ഷരങ്ങളിൽ അച്ചടിക്കപ്പെട്ടതിന്റെ സ്മരണയ്ക്കെന്നവണ്ണം പ്രിയോർ പിതാവും ആ പുസ്തകംതന്നെ അച്ചുകല്ല് നിരത്തിയടിച്ചു. മിഷണറിയായ ക്ലെമന്റ് പിയാനിയൂസ് ലത്തീനിൽ രചിച്ച ഭാഷാ വ്യാകരണഗ്രന്ഥം കൂടി അച്ചടിക്കണമെന്നുണ്ടായിരുന്നു പിതാവിന്. ദ്രവ്യത്തിന്റെ കുറവുകൊണ്ട് ആ ശ്രമം തിരു.മുദ്രണാലയം ഉപേക്ഷിച്ചു. കർമ്മലീത്താ സന്ന്യാസിയായ ബെർണഡിൻ ബച്ചിനല്ലി ആരംഭിച്ച കൂനമ്മാവിലെ അമലോദ്ഭവ അച്ചുകൂടവും മാന്നാനം സെന്റ് ജോസഫ് പ്രസും പ്രയോർ പിതാവ് സന്ദർശിക്കുകയും അവിടുത്തെ അച്ചടിവേലകളൊക്കെ നോക്കി പഠിക്കുകയും

ചെയ്തിരുന്നു. തിരു.മുദ്രണാലയം എന്ന പേര് കരിങ്കല്ലിൽ കൊത്തിയത് വള്ളിപ്പടർപ്പുകൾ മൂടി ചരിത്രത്തെ ഓർമ്മിച്ച് കിടക്കുന്നുണ്ട്. ഇടിഞ്ഞു പൊളിഞ്ഞു കിടക്കുന്ന തിരു.മുദ്രണാലയത്തിന്റെ എടുപ്പുകൾക്ക് മുകളിൽ സ്ഥാപിച്ചിരിക്കുന്ന വിശുദ്ധബാലന്റെ പ്രതിമ കാലമെത്ര കഴിഞ്ഞിട്ടും തിളക്കം മാറാതെ നിലനിൽക്കുന്നുണ്ട്. ആശ്രമവാസികൾക്കും സഭയുടെ അധികാരികൾക്കും അത്ഭുതം നൽകുന്ന കാഴ്ച.

ചീര പറിച്ച് കെട്ടാക്കി മാറ്റിവെച്ചിട്ട് പീലി ഒരു തെറുപ്പ് ബീഡിയുടെ അറ്റത്ത് തീ പറ്റിച്ചു. കാവിലമ്മ തെറുക്കുന്ന ബീഡി വലിച്ചാൽ മാത്രമേ ഒരു സുഖം തോന്നൂ. ആരെങ്കിലും കണ്ടാൽ പിടിക്കപ്പെടുമല്ലോയെന്ന ചിന്തയോടെയാണ് പീലിയുടെ ബീഡി വലി. ലഹരി ഉപയോഗം പൂർണ്ണമായും നിരോധിച്ചിരിക്കുന്ന മേഖലയാണ് ചരൽക്കുന്ന്. എന്നിരുന്നാലും ക്യാമ്പ് കഴിഞ്ഞ് ആളുകൾ ഒഴിയുമ്പോൾ ഡോർമെറ്ററികളിൽനിന്നും കുറ്റിക്കാടുകളിൽനിന്നും ഒഴിഞ്ഞ മദ്യക്കുപ്പികളും സിഗരറ്റുകുറ്റികളും അയാൾ കണ്ടെത്താറുണ്ട്.

ചരൽക്കുന്നിൽ ആത്മീയഗോപുരമായി മൊണാസ്റ്റി വളർത്തിയെടുക്കുക എന്ന ലക്ഷ്യത്തോടെയാണ് തിരു.മുദ്രണാലയവും പന്ത്രണ്ടു മരങ്ങളുടെ ആവൃതിയും നല്ലിടയന്മാരുടെ ഔഷധശാലയും പ്രാർത്ഥനാചക്രങ്ങളും ദർശനാലയവും സ്ഥാപിക്കപ്പെട്ടത്. ജ്ഞാനത്തിന്റെയും ആശ്വാസത്തിന്റെയും അലൗകികമായ ചിന്തകളുടെയും മനുഷ്യജീവിതത്തിന്റെ സാഫല്യത്തിന്റെയും ഒരു കേന്ദ്രം. ലളിതമായ ജീവിതത്തിന്റെ പത്തു കൽപ്പനകൾ എന്ന തലക്കെട്ടിൽ പ്രിയോർ പിതാവ് ചരൽക്കുന്നിലെ തിരു.മുദ്രണാലയത്തിൽ അച്ചടിച്ച ലഘുലേഖ ചരൽക്കുന്നിലെയും ചുറ്റുവട്ടങ്ങളിലെയും വീടുകളിലെല്ലാം വിതരണം ചെയ്തിരുന്നു. പീലിയുടെ അപ്പന്റെ അപ്പൻ കൊച്ചുകുഞ്ഞിന്റെ കാലം മുതൽ പ്രിയോർ പിതാവിന്റെ കൊച്ചുപുസ്തകം വിശുദ്ധ വേദപുസ്തകത്തിനൊപ്പം വീട്ടിൽ സൂക്ഷിച്ചിരുന്നു. നീതിമാനായ കൊച്ചുകുഞ്ഞ് തിരു.മുദ്രണാലയം പുസ്തകത്തിൽ പറഞ്ഞകാര്യങ്ങൾ അക്ഷരംപ്രതി അനുസരിച്ചുകൊണ്ട് തന്റെ ഇഹലോകവാസം പൂർത്തിയാക്കി. എന്നാൽ പീലിയുടെ അപ്പനാകട്ടെ സന്ന്യാസിമാർക്കും ആശ്രമത്തിനും സഭയ്ക്കും എതിരായിട്ടുള്ള പാതയിൽനിന്നു. ബോധങ്ങൾക്കോ സന്മാർഗങ്ങൾക്കോ അപ്പുറത്തുള്ള ജീവിതാസക്തിയാണ് അയാളിൽ തുടിച്ചുനിന്നിരുന്നത്.

ഇതിനു രണ്ടിനും ഇടയിലായിരുന്നു പീലി. തെറുപ്പുബീഡിയുടെ നീലപ്പുക ചുറ്റും വ്യാപരിച്ചു. പ്രിയോർ പിതാവിന്റെ ആ പുസ്തകത്തെക്കുറിച്ച് പീലി വെറുതെ ഓർത്തുപോയി. അച്ചുകൂടം തുറന്ന് പ്രവർത്തിപ്പിക്കണമെന്നുള്ള സന്ന്യാസിമാരുടെ ഇച്ഛയെ പുച്ഛിച്ചു തള്ളുകയായിരുന്നു മാനേജർ. ലാഭത്തിന്റെ കണക്കുകൾ മാത്രം നോക്കുമ്പോൾ അച്ചടിക്ക

പ്പെടുന്ന വാക്കുകളുടെ വെറും സുവിശേഷത്തിന് എന്ത് പ്രസക്തി. മുദ്രണാലയത്തിന്റെ എടുപ്പുകൾക്കു മുകളിൽ വിശുദ്ധ ബാലന്റെ പ്രതിമയിലേക്ക് അയാൾ വെറുതെ നോക്കി. ഒരു ചെറുചിരി ആ മുഖത്ത് രൂപപ്പെട്ടോ...!

കൈത്തലം കണ്ണുകൾക്കുമുകളിൽ സ്ഥാപിച്ചുനോക്കി. ഉണ്ട്. ചിരിക്കുന്നുണ്ട്. വിശുദ്ധ ബാലൻ തന്നെ നോക്കി ചിരിക്കുന്നു.

തിരു.മുദ്രണാലയത്തിൽ ഉള്ളിൽനിന്നും അച്ചടിയുടെ ശബ്ദം കേൾക്കുന്ന പോലെ പീലിക്കു തോന്നി. *സെറാഫ അമ്മ ത്രേസ്യപുണ്യ സ്ത്രീയുടെ ചരിത്രം* കൂനമ്മാവിലുള്ള പ്രസിന്റെ പ്രതി വാങ്ങി അച്ചടിച്ചതാണ് മുദ്രണാലയത്തിൽനിന്നും പുറത്തിറങ്ങിയ അവസാനത്തെ പുസ്തകം.

കുശിനിക്കാരൻ ചെവിയോർത്തു.

ഉണ്ട്. കേൾക്കുന്നുണ്ട്. അച്ചുകൂടത്തിന്റെ കട കട ശബ്ദമാണത്. അയാൾ ബീഡി കരിങ്കല്ലിൽ കുത്തിക്കെടുത്തി. ചീരക്കെട്ടെടുത്ത് കാന്റീനിലേക്ക് ഓടാൻ തയ്യാറെടുത്തു. ഒരു നിലവിളി വന്നു നിറഞ്ഞു. പ്രിയോർ പിതാവ് അച്ചടിയുടെ ചൂട് മാറാത്ത ഒരു പുസ്തകവുമായി നിൽക്കുന്നത് അയാൾ സത്യമായും കണ്ടു. തിരു.മുദ്രണാലയത്തിന് മുകളിലെ വിശുദ്ധ ബാലൻ പുഞ്ചിരിച്ചു.

# അഞ്ച്

**ച**രൽക്കുന്നിൽ വന്നശേഷം അതുൽ അത്ഭുതകഥകളിൽ വിശ്വസിക്കാൻ തുടങ്ങി. ചരൽക്കുന്ന് നിറയെ കഥകളാണ്. യാഥാർത്ഥ്യത്തിനും ഭാവനയ്ക്കും ഇടയിൽ നിൽക്കുന്ന കഥകൾ. മൊണാസ്ട്രിയിലെ സന്ന്യാസിമാരും ചരൽക്കുന്ന് ക്യാമ്പ്സെന്റർ എന്ന സ്ഥാപനവും തമ്മിലുള്ള ആത്മീയവിടവും പ്രശ്നങ്ങളും അതുൽ ശ്രദ്ധിച്ചു. ആത്മീയപരമായ ഔന്നത്യവും നിലനിൽപ്പിന്റെ രാഷ്ട്രീയവും തമ്മിലുള്ള യുദ്ധത്തിൽ ആരുടെ പക്ഷത്തുനിൽക്കും എന്ന ചിന്ത അസിസ്റ്റന്റ് മാനേജരെ കുഴയ്ക്കാൻ തുടങ്ങി. കുശിനിക്കാരൻ പീലി പറഞ്ഞ കഥകൾ കേൾക്കുമ്പോൾ താൻ വേറേതോ പ്രപഞ്ചത്തിലാണ് ജീവിക്കുന്നതെന്ന് തോന്നിപ്പോകുന്നു.

ആത്മീയ ഉണർവിന്റെയും മനുഷ്യസ്നേഹത്തിന്റെയും നിസ്വാർത്ഥമായ കർമ്മത്തിന്റെയും പ്രതീകമാണ് മൊണാസ്ട്രിയിലെ സന്ന്യാസിമാർ. ഇങ്ങനെ പലവിധ ചിന്തകളിലേക്കും അനുമാനങ്ങളിലേക്കും അതുൽ എത്താൻ തുടങ്ങി. എന്തായാലും ആദ്യം കാര്യങ്ങളൊക്കെ ഒന്ന് വ്യക്തമായി പഠിക്കാൻ തന്നെ തീരുമാനിച്ചു.

സന്ന്യാസിവര്യന്മാരെ സന്ദർശിക്കാനും പരിചയപ്പെടാനുമായി മൊണാസ്ട്രിയുടെ ഭാഗത്തേക്ക് മരക്കൂട്ടങ്ങൾക്കിടയിലൂടെ അതുൽ നടന്നു. ക്യാമ്പ് സെന്ററിനെയും മൊണാസ്ട്രിയെയും തമ്മിൽ വേർതിരിക്കുന്നത് മരക്കൂട്ടങ്ങ ളാണ്. ചെറിയ ഒരു വനം. വലിയ മരങ്ങൾ, കുറ്റിക്കാടുകൾ. ചെറിയ ഇടവഴി. നിയമങ്ങളൊന്നും ബാധകമല്ലാത്ത ഒരു ലോകത്തേക്ക് എന്ന പോലെയുള്ള ഒരു ചെറിയ കാട്ടുവഴിയിലൂടെ നടന്നു.

ചരൽക്കുന്നിൽ എമ്പാടും മരങ്ങളുടെ ആവൃതി കാണാം. യേശുവി

നെയും ശിഷ്യന്മാരെയും പ്രതിനിധീകരിക്കുന്ന പന്ത്രണ്ട് മരങ്ങൾ ഒരു വൃത്തത്തിലെന്ന വണ്ണം വളർത്തുന്ന ആവൃതികൾ. കാറ്റ് എപ്പോഴും താളമിട്ട് ആത്മാവിനെ ഉണർത്തുന്ന പ്രാർത്ഥനാസ്ഥലികൾ, മരവൃത്തങ്ങൾക്ക് നടുവിൽ സന്ന്യാസിവര്യന്മാർക്ക് പ്രാർത്ഥിക്കാനും ധ്യാനിക്കാനുമായി സ്ഥാപിച്ചിരിക്കുന്ന ഇരിപ്പിടങ്ങളും കാണാം. നടപ്പിനിടയിൽ അത്തരം ഒരു ആവൃതിയിലേക്ക് അതുൽ വഴിമാറി കയറി. ചെറിയൊരു വിക്കറ്റ് ഗേറ്റ് ആവൃതിക്ക് മുമ്പിലായി സ്ഥാപിച്ചിട്ടുണ്ട്. വിക്കറ്റ് ഗേറ്റിൽ തൂക്കിയിട്ടിരിക്കുന്ന ഒരു പലക അതുൽ ശ്രദ്ധിച്ചു. കരിശിന്റെ അടയാളമുള്ള ഒരു തടിപ്പലകയാണ്. വെയിലും മഴയുമേറ്റ് അതിൽ എഴുതിയിരിക്കുന്ന അക്ഷരങ്ങളൊക്കെ മാഞ്ഞു തുടങ്ങിയിട്ടുണ്ട്. ആവൃതിയിലേക്ക് പ്രവേശിക്കുന്നവർക്കുള്ള നിർദ്ദേശമാണ് എഴുതിയിരിക്കുന്നത്. മാഞ്ഞുതുടങ്ങുന്ന അക്ഷരങ്ങൾ ആവൃതി പ്രവേശം, ധ്യാനമുറകൾ, സഹധ്യാനത്തിന് ആളുണ്ടെങ്കിൽ അവർക്കുള്ള നിർദ്ദേശങ്ങൾ എന്നിവയൊക്കെ എഴുതിയിരിക്കുന്നു. മരങ്ങളിൽ കാറ്റിന്റെ താളം. കൽബെഞ്ചിൽ അതുൽ കണ്ണടച്ചിരുന്നു. ആവൃതിക്കുള്ളിൽ ധ്യാനമന്ത്രങ്ങളുടെ സംഗീതം ഉയർന്നു. സമയം നിശ്ചലമായി.

കണ്ണടച്ചിരിക്കുന്ന തനിക്കുചുറ്റും ആദിമ സന്ന്യാസിമാർ ഒരു അദൃശ്യവലയം സൃഷ്ടിക്കുന്നതുപോലെ അതുലിനു തോന്നി. ഒരുപക്ഷേ, ഇതെല്ലാം കഥകൾ സൃഷ്ടിക്കുന്ന മായക്കാഴ്ചകളും ദർശനങ്ങളുമാവാം. എങ്കിലും ഒരു കാര്യമുറപ്പാണ്. ക്യാമ്പ്സെന്ററിന്റെ എടുപ്പുകൾ പിന്നിട്ട് വനപാതയിലൂടെ മൊണാസ്ട്രിയിലേക്ക് നടക്കാൻ തുടങ്ങിയതോടെ ഒരു പ്രത്യേക ലോകത്തേക്ക് താൻ പ്രവേശിക്കുന്നതു പോലെയാണ് തോന്നുന്നത്.

അരൂപികൾ ചുറ്റുംനിന്ന് വഴികാട്ടുന്ന പ്രതീതി. അശരീരികൾ ചുറ്റും ഉയരുന്നപോലെ. ഭയമാണോ...? ആകാംക്ഷയാണോ...? ആശ്വാസമാണോ...? ശാന്തതയാണോ...? തന്നെ നയിക്കുന്ന വികാരമെന്ന് അതുലിന് തിരിച്ചറിയാൻ കഴിഞ്ഞില്ല.

കണ്ണടച്ച് ധ്യാനത്തിലിരുന്ന് പോയതിന് പിന്നിൽ അദൃശ്യമായ ശക്തികളുടെ സ്വാധീനമുണ്ടോ...? ഒന്നും തിരിച്ചറിയാൻ കഴിയുന്നില്ല. താഴ്വാരത്തുനിന്ന് കയറിയെത്തുന്ന കാറ്റ് മരച്ചില്ലകളെ ഉലച്ചു പോകുന്നുണ്ട്. ആവൃതിക്കുള്ളിൽ സമയവും കാലവും ബോധവും എല്ലാം നിശ്ചലമാകുന്നപോലെ അനുഭൂതി. കണ്ണുകൾ അടഞ്ഞ് പോകുന്നു.... മെല്ലെ... മെല്ലെ... ധ്യാനത്തിലേക്ക്... ശരണമന്ത്രം കേൾക്കുന്നു.

അതുൽ സർവശക്തിയുമുപയോഗിച്ച് ധ്യാനത്തിൽനിന്നും ഉണർന്നു. താൻ എത്രനേരം ആവൃതിക്കുള്ളിൽപെട്ടുപോയി എന്ന് കണക്കാക്കാൻ കഴിഞ്ഞില്ല. കൽബെഞ്ചിന് സമീപത്തെ മരച്ചില്ലയിൽ ഇരിക്കു

ന്ന അണ്ണാറക്കണ്ണനെ അന്നേരമാണ് കണ്ടത്. അത് തന്നെ നോക്കി കാരുണ്യത്തോടെ ഇരിക്കുന്നതായി അതുലിനു തോന്നി.

അണ്ണാറക്കണ്ണന്റെ കണ്ണുകളിലേക്ക് നോക്കിയപ്പോൾ അതും ധ്യാനത്തിലെന്നവണ്ണം പ്രകൃതിയുമായി ലയിച്ചിരിക്കുന്നതായി മനസ്സിലായി. ഇത്തരത്തിൽ ചെറുതും വലുതുമായ ഒരുപാട് സംഭവങ്ങളാണ് തുടർന്നുള്ള ദിവസങ്ങളിൽ തന്നെ കാത്തിരിക്കുന്നത്. തപോനിഷ്ഠയുള്ള സന്ന്യാസിമാർ കടന്നുപോയ വഴികളിലൂടെ നടക്കുമ്പോൾ ആ ഊർജ്ജങ്ങളുടെ തന്മാത്രങ്ങൾ കാലങ്ങൾ കഴിഞ്ഞാലും മറയാതെ അന്തരീക്ഷത്തിൽ നിലനിൽക്കും. മരച്ചില്ലകളിലെ ഇലകൾ കണ്ണുതുറന്ന് നോക്കുന്നതുപോലെ അതുലിന് തോന്നി. ഇലകൾ കണ്ണുകളായി രൂപാന്തര പ്പെട്ടിരിക്കുന്നു. മരങ്ങളിൽ നൂറായിരം കണ്ണുകൾ തന്റെ ഓരോ ചലനവും വീക്ഷിക്കുന്നു.

## ആറ്

മരങ്ങളുടെയും കുറ്റിച്ചെടികളുടെയും ഇലക്കണ്ണുകൾക്കിടയിലൂടെ തന്നെ നോക്കുന്ന രണ്ടു കണ്ണുകൾ. അതുൽ ഞെട്ടിപ്പോയി. ഭയന്നിരിക്കു മ്പോൾ കുറ്റിക്കാടിന്റെ മറവിൽനിന്നും ആ കണ്ണുകളുടെ ഉടമസ്ഥ മുമ്പിൽ പ്രത്യക്ഷപ്പെട്ടപ്പോൾ അതുൽ ഭയന്ന് നിലവിളിച്ചു പോയി.

പരിശുദ്ധമായ ആവൃതിയിലേക്ക് കരഞ്ഞുകലങ്ങിയ കണ്ണുകളോ ടെ സിസ്റ്റർ കാതറിൻ നടന്നുവന്നു.

അതുൽ ഒന്നും മിണ്ടാതെ കൽബെഞ്ചിൽ കന്യാസ്ത്രീക്ക് ഇരിക്കാ നായി കുറച്ചു നീങ്ങിയിരുന്നു. മരച്ചില്ലകളെ ഉലച്ച് കാറ്റ് കടന്നുപോയി. ശിരോവസ്ത്രം തെല്ലൊന്ന് മാറിയപ്പോൾ സുന്ദരമായ ആ മുഖം കണ്ടു. എന്തെങ്കിലും ചോദിക്കുന്നതിനും മുമ്പ് സിസ്റ്റർ കാതറീൻ കുറച്ചുനേരം കരഞ്ഞു. ആവൃതിയുടെ ശാന്തതയിൽ തേങ്ങൽ ഉയർന്നു. ഹൃദയം തകർ ന്നുള്ള ആ കരച്ചിൽ അതുലിനെ വേദനിപ്പിച്ചു. ഒരാൾക്ക് ഇത്ര വേദന യോടെ കരയാൻ കഴിയുമെന്ന് തോന്നിയിരുന്നില്ല.

മൊണാസ്ട്രിയുടെ ഭാഗമായ കന്യാസ്ത്രീമാരെക്കുറിച്ച് അതുൽ കേ ട്ടിരുന്നു. ഒരു മല മുഴുവൻ നിറഞ്ഞുനിൽക്കുന്ന പ്രത്യേക വിശുദ്ധസ്ഥലി യാണ് മൊണാസ്ട്രി. സിസ്റ്റർ കാതറീൻ സംസാരിച്ചുതുടങ്ങി.

ആവൃതിക്കുള്ളിലും പുറത്തുമായി കാടിനുള്ളിലെന്നപോലെയുള്ള ശബ്ദങ്ങൾ കേൾക്കാൻ കഴിയുന്നുണ്ട്.

"നിങ്ങൾ ആരാണെന്ന് എനിക്കറിയില്ല. പക്ഷേ, ഞാൻ ആരോടെ ങ്കിലും മനസ്സ് തുറന്നിട്ട് ദിവസങ്ങളായി..."

സിസ്റ്റർ കാതറിൻ മൃദുവായ ശബ്ദത്തിൽ സംസാരിക്കാൻ തുടങ്ങി.

"ഈ മൊണാസ്ട്രിയിലേക്ക് ഞാൻ വന്ന രാത്രി. നിശ്ശബ്ദതയും രാത്രിയുടെ ഇരുട്ടും എന്താണെന്ന് ആദ്യമായി മനസ്സിലാക്കുകയായിരുന്നു. മഠത്തിൽ രാത്രിയുടെ പ്രാർത്ഥന മൗനമാണ്. മഠാധിപതിയായ സിസ്റ്റർ മാർഗരറ്റിന്റെ കാൽച്ചുവട്ടിൽ തടിച്ച് കറുത്ത ഒരു നായ ചുവന്ന നാക്കുകൾ കൂർത്ത പല്ലുകൾക്കിടയിലൂടെ പുറത്തേക്ക് തൂക്കിയിട്ടു കിടന്നിരുന്നു. മുരളുന്ന ഒരു ഭയം. അതാണ് ആ നായ. തിരുവസ്ത്രവുമണിഞ്ഞ് സിസ്റ്റർ മാർഗരറ്റ് നായയുടെ തുടലും പിടിച്ച് നടക്കും. വാച്ച് സിസ്റ്റർ അഥവാ നാഴികമണിയുടെ കാവൽക്കാരി സിസ്റ്റർ റോസ്‌ലിൻഡ് ഓരോ മണിക്കൂറിലും ദർശനാലയം കടന്ന് മരങ്ങൾക്കിടയിലൂടെ മൊണാസ്ട്രിയെ ചുറ്റിനടക്കും. വാച്ച് സിസ്റ്റർമാരുടെ ജോലി ഊഴമിട്ടാണ്. എന്നെ ഈ കരിങ്കൽ കെട്ടിടത്തിന്റെ തടവിൽകൊണ്ട് അടച്ചതാണ്. എന്റെ വൃത്തികെട്ട മമ്മ. അവർ അമേരിക്കയിലെ കൊളറാഡോയിലെ ശൈത്യമുറയുന്ന ഫാം ഹൗസിൽ അയാൾക്കൊപ്പം കഴിയുകയാവും. ആ ദുഷ്ടനായ ജോഷ്വായ്ക്കൊപ്പം. ഞാൻ ഇവിടെ, ഈ ജയിലിൽ വന്നിട്ട് വർഷങ്ങൾ കടന്നുപോയത് എത്ര വേഗത്തിലാണ്. മനുഷ്യർ ദൈവത്തിന്റെ കൈയിൽ ആയുധങ്ങളായിരിക്കാൻ തങ്ങളെത്തന്നെ ആത്മാർത്ഥമായി ഏൽപ്പിച്ചുകൊടുക്കണമെന്നാണ് സന്ന്യസ്ത സഭയുടെ വേദാന്തം. പക്ഷേ, എന്നെ ദൈവത്തിന്റെ കയ്യിലേക്കല്ല, ഒരു കൂട്ടം ദുഷ്ടകളുടെ കയ്യിലേക്കാണ് മമ്മ എറിഞ്ഞുകൊടുത്തത്. ദർശനത്തിന്റെയും ത്യാഗത്തിന്റെയും സമർപ്പണത്തിന്റെയും ചരിത്രമുള്ള ഈ മൊണാസ്ട്രിയെ അമേരിക്കൻ ഡോളറുകൾ വിലയ്ക്കു വാങ്ങി."

സിസ്റ്റർ കാതറീൻ കരയുകയായിരുന്നു. മരങ്ങളെ വിറപ്പിച്ച് ഒരു കാറ്റ് കടന്നുപോയി. മരച്ചില്ലകൾ ആടിയുലഞ്ഞു. സിസ്റ്ററിന്റെ ചാരനിറത്തിലുള്ള തിരുവസ്ത്രം പോലെ ആകാശം മഴയ്ക്കായി മേഘങ്ങളെ ഗർഭം ധരിച്ചു. സിസ്റ്റർ വർത്തമാനം തുടർന്നു.

"സാധാരണ ഒരു കന്യാസ്ത്രീ തന്റെ ജീവിതത്തെ സംബന്ധിച്ചുള്ള ദൈവീക ഉദ്ദേശം അറിയുവാനും സുവിശേഷ വേലയിൽ തനിക്കുള്ള പങ്ക് എങ്ങനെ നിർവഹിക്കാൻ കഴിയും എന്ന ചിന്തയിലുമാണ് മൊണാസ്ട്രിയിൽ വരുന്നത്. പത്തൊൻപതാം നൂറ്റാണ്ടിൽ പാശ്ചാത്യ രാജ്യങ്ങളിലാണ് സന്ന്യാസമഠങ്ങൾ ഉടലെടുത്തത്. കഴിഞ്ഞ നൂറ്റാണ്ടിലാണ് ഭാരതത്തിലാകമാനം ക്രൈസ്തവ ആശ്രമ പ്രസ്ഥാനം രൂപപ്പെടുന്നത്. നിങ്ങളോട് ഞാനീ പറയുന്നതെല്ലാം ഇവിടുത്തെ പുണ്യവതികളായവരുടെ ദർശനങ്ങൾ എഴുതിയ പുസ്തകങ്ങളിൽനിന്നും വായിച്ചറിഞ്ഞതാണ്.

ഞാൻ ഇവിടേക്ക് വന്ന രാത്രിയിൽ കരഞ്ഞുകൊണ്ടിരുന്നു. ഈ കരിങ്കൽ ഭിത്തികളിൽ തട്ടി കാറ്റ് കൂവുന്നതിന്റെ ഒച്ചകൾ രാത്രിയിൽ എന്നെ ഭയപ്പെടുത്തി. ദേ ആ മലഞ്ചെരുവിൽ പാറക്കൂട്ടത്തിൽ താഴേക്ക്

വീഴാൻ പോവുന്ന പോലെ നിൽക്കുന്ന ഒറ്റമരം കാണുന്നില്ലേ.... എന്നെ അടച്ച കരിങ്കൽ മുറിയിലെ വലിയ ജനാലയിൽനിന്ന് ആ കാഴ്ചയാണ് എനിക്ക് പ്രത്യാശ പകർന്നത്."

സിസ്റ്റർ പെട്ടെന്ന് ചിരിക്കാൻ തുടങ്ങി.

"നിങ്ങൾ പുതിയ മാനേജരാണല്ലേ... ഒരിക്കലും നിങ്ങൾക്ക് അത്ര എളുപ്പമാവില്ല... എളുപ്പമാവില്ല."

യുവതിയായ കന്യാസ്ത്രീ ചിരിച്ചുകൊണ്ട് ആവൃതിയിൽനിന്ന് പുറത്തേക്കോടി.

# ഏഴ്

പുലർകാലങ്ങളിൽ പ്രഭാതസവാരി നടത്തുന്നത് അതുലിന് ഇഷ്ട മാണ്. മലകളുടെ ശാന്തമായ നിദ്രയെ തടസ്സപ്പെടുത്താതെ നീങ്ങുന്ന നീലമേഘങ്ങൾ കണ്ട്, ഒരു വെളുത്ത പുതപ്പുപോലെ താഴ്വാരത്തെ മൂടുന്ന മഞ്ഞിൻ ധവളിമ കണ്ട് ലയിച്ച് നടന്നാൽ സുഖമാണ്. ഈ മലമുകളിൽ മൊണാസ്ട്രിയും പ്രാർത്ഥനാ സ്ഥലിയും കണ്ടെത്തിയ ആദിമപിതാ ക്കളുടെ ധ്യാന ദർശനങ്ങൾ എത്ര മഹത്തരമാണ്. ടിബറ്റിൽ മാത്രമല്ല മൊണാസ്ട്രികളുള്ളത്, ഇറ്റലിയിലും വത്തിക്കാനിലും മാത്രമല്ല, ഭാരത ത്തിലുമുണ്ട് പ്രശാന്തി പകരും ആശ്രമങ്ങൾ. കേരളത്തിലുമുണ്ട്... ചരൽ ക്കുന്നിലുമുണ്ട്...

യാത്രയ്ക്കിടയിൽ ഫാദർ ഓംശൂന്യ പ്രത്യക്ഷപ്പെടാറുണ്ടെങ്കിലും, ആ സന്ന്യാസിവര്യനെ നേരിടാനുള്ള ഭയം തോന്നി, മടിച്ച് മടിച്ച് പരിചയ പ്പെട്ടു. മലമ്പാത കയറിയപ്പോൾ, രണ്ടുവട്ടം കയറിയിറങ്ങി നടന്നപ്പോൾ ക്ഷീണം തോന്നി. ഫാദർ ഓംശൂന്യ കയറ്റം കയറുമ്പോഴും ഇറക്കം ഇറങ്ങു മ്പോഴും ഉല്ലാസവാനായാണ് കാണപ്പെടുന്നത്. പരിചയപ്പെടാൻ തന്നെ തീരുമാനിച്ചു. മൊണാസ്ട്രിയുടെ രഹസ്യങ്ങളിലേക്ക് ഒരു താക്കോൽ. ഏതുതരം സംഭാഷണവും ആരംഭിക്കാൻ നല്ലത് പൊതുവായ കാലാവ സ്ഥയിൽ തുടങ്ങുന്നതാണ്.

"ഗുഡ്മോർണിംഗ് ഫാദർ."

"സുന്ദരമായ പ്രഭാതം അല്ലേ.?"

ചിരിച്ചുകൊണ്ട് പറഞ്ഞു.

"കർത്താവേ നിന്റെ പ്രവൃത്തികൾ നിന്നെ സ്തുതിക്കുന്നു. നിന്റെ വി

ശുദ്ധന്മാർ നിനക്ക് സ്തോത്രം ചൊല്ലുന്നു. അവർ നിന്റെ രാജ്യത്തിന്റെ മഹത്വം ഘോഷിക്കുകയും നിന്റെ ശക്തിയെ പ്രസ്താവിക്കുകയും ചെയ്യുന്നു."

ഫാദർ ഓംശ്ശുന്യ ചൊല്ലിയ സങ്കീർത്തനം അതുൽ കേട്ടുനിന്നു.

"ഗുഡ്മോർണിംഗ് അതുൽ."

പ്രഭാതവന്ദനം ആശംസിച്ച് ഫാദർ വേഗത്തിൽ നടന്നുപോയി. തന്നോട് സംസാരിക്കുവാൻ അദ്ദേഹം ആഗ്രഹിക്കുന്നില്ലെന്ന് തോന്നുന്നു. അതുലിന് ചെറുതായി മനോവേദന തോന്നി. ചരൽക്കുന്നിലെ മരച്ചില്ലകളെ ഉലച്ച് താഴ്‌വാരത്തുനിന്നും കയറിയെത്തിയ കാറ്റിൽ ഇലക്കൂട്ടങ്ങൾ പക്ഷികളെപ്പോലെ ചിറകടിച്ചു.

ഫാദർ ഓംശ്ശുന്യ നടന്നുമറഞ്ഞ വഴിയിലൂടെ സിസ്റ്റർ ജാസ്മിൻ നടന്നുവരുന്നത് കണ്ടു. അതുലിന്റെ അടുത്തെത്തിയപ്പോൾ സിസ്റ്റർ ഗുഡ്മോർണിംഗ് ആശംസിച്ചു.

"ഗുഡ്മോർണിംഗ് സിസ്റ്റർ."

കഴിഞ്ഞ ദിവസം മൊണാസ്ട്രിയിലെ കാന്റീനിൽ വെച്ചാണ് സിസ്റ്റർ ജാസ്മിനെ പരിചയപ്പെട്ടത്, പലതും സംസാരിച്ചുകൊണ്ട് നടന്നു. കന്യാസ്ത്രീ വേഷത്തിന് പകരം ട്രാക്ക്പാന്റും ടീഷർട്ടും ഒരു ഷാളും സിസ്റ്റർ ജാസ്മിൻ പുതച്ചിരിക്കുന്നു. സഭയുടെ കോളേജിലെ ഇംഗ്ലീഷ് അധ്യാപികയാണ് സിസ്റ്റർ. അതുലിന്റെ വർത്തമാനം കേട്ട് ഒരു കൊച്ചുപെൺകുട്ടിയെപ്പോലെ പൊട്ടിച്ചിരിച്ചു.

"ഞാൻ ഒരു കാര്യം ചോദിച്ചാൽ സിസ്റ്റർ വ്യക്തമായ മറുപടി തരുമോ? തമാശയായി കാണരുത്...?"

"എന്തിനാ ഈ മുൻകൂർ അപേക്ഷ... അതുൽ ചോദിക്കൂ... എനിക്ക് പറയാൻ കഴിയുന്നതാണെങ്കിൽ..."

തണുപ്പ് അകറ്റാനെന്നവണ്ണം സിസ്റ്റർ ജാസ്മിൻ കൈകൾ കൂട്ടിത്തിരുമ്മി. മരങ്ങൾക്കിടയിൽനിന്നും പക്ഷികൾ പാടുന്നുണ്ടായിരുന്നു. കുറ്റിക്കാടുകൾക്കിടയിൽ ചിത്രശലഭങ്ങൾ തുള്ളുന്നു. ബട്ടർഫ്ളൈ സർവേ സീസണിൽ ചിത്രശലഭങ്ങളെ നിരീക്ഷിക്കുന്നവർ, പഠിക്കുന്നവർ ചരൽക്കുന്നിലും എത്തിച്ചേരാറുണ്ട്.

"സിസ്റ്ററിന് ശരിക്കും ഈ കന്യാസ്ത്രീ ആകാനുള്ള ഉൾവിളി ഉണ്ടായതാണോ..?"

അതുലിന്റെ നിഷ്കളങ്കമായ ചോദ്യം കേട്ടപ്പോൾ സിസ്റ്റർ ജാസ്മിൻ ചിരിച്ചുപോയി.

"സ്കൂളിൽ പഠിച്ചുകൊണ്ടിരുന്ന സമയത്താണ് എനിക്ക് സിസ്റ്റർഹുഡിൽ പ്രവേശിക്കാനുള്ള വിളിയുണ്ടായത്. അത് ദൈവഹിതമാണോ എന്നറിയാൻ പത്ത് മാസം ഞാൻ പ്രാർത്ഥനയിൽ ചെലവഴിച്ചു. ഒരു

ഗർഭകാലം എന്നുവേണമെങ്കിൽ പറയാം. പ്രാർത്ഥനയുടെ ഒരു ഗർഭ കാലം. രാത്രികളിൽ ഉറങ്ങാതെ മുട്ടിന്മേൽനിന്ന് പ്രാർത്ഥിച്ചു. അതുലി നെപ്പോലുള്ള പുരുഷന്മാർക്ക് എത്ര കണ്ട് സ്ത്രീകളെ മനസ്സിലാക്കാൻ കഴിയും എന്നെനിക്കറിയില്ല. ഒരു സ്ത്രീയുടെ ജന്മം പ്രകൃതിയുടെ നിശ്ച യമാണ്. പ്രകൃതിയാണ് സ്ത്രീ. അവൾ പൂക്കുന്നതും ഫലങ്ങൾ നൽകുന്ന തും പൊഴിക്കുന്നതും എല്ലാം പ്രകൃതി നിശ്ചയിക്കുന്നതുപോലെയാണ്. സംശയങ്ങൾ ഒന്നിനു പുറകെ ഒന്നായി എന്റെ മനസ്സിൽ ഉദിച്ചു. എല്ലാ ത്തിനും ബൈബിളിൽനിന്ന് ഉത്തരങ്ങൾ ലഭിക്കുന്നുണ്ടായിരുന്നു. സം ശയങ്ങളെ ജയിക്കുന്നതിനുള്ള വചനങ്ങൾ. ചാപ്പലിൽ ഞാൻ എരിയുന്ന മെഴുകുതിരികൾക്ക് മുമ്പിൽ പ്രാർത്ഥിക്കുമായിരുന്നു. എന്റെ ചുറ്റും അപ്പ്ര പികളുടെ വചനങ്ങൾ മുഴങ്ങുന്നത് കേൾക്കാമായിരുന്നു. പത്തുമാസത്തെ ഗർഭകാലം കഴിഞ്ഞപ്പോൾ ഞാൻ തിരിച്ചറിഞ്ഞു. ലൂക്കോസിന്റെ വി ശുദ്ധവാക്യം പാതി പകുത്ത വേദപുസ്തകത്തിൽനിന്നും എന്റെ മുമ്പിൽ തെളിഞ്ഞു. കർത്താവ് തന്നോട് അരുളിച്ചെയ്തതിനു നിവൃത്തിയുണ്ടാകും എന്നു വിശ്വസിച്ചവൾ ഭാഗ്യവതി. അന്ന് ഞാൻ ചാപ്പലിൽ പോയി പ്രാർത്ഥിച്ചു. എന്റെ അവിശ്വാസം ക്ഷമിക്കണമേ എന്ന് അപേക്ഷിക്കു കയും ചെയ്തു. എന്റെ ഭാരങ്ങൾ നീങ്ങി. സുഖപ്രസവത്തിലൂടെ അമ്മമാർ അനുഭവിക്കുന്ന നിർവൃതിപോലെ ഞാൻ കർത്താവിന്റെ മണവാട്ടിയാ കാൻ അങ്ങനെ തീരുമാനിച്ചു. സിസ്റ്റർ ജാസ്മിൻ മഞ്ഞുതുള്ളി പോലെ പു ഞ്ചിരിച്ചു. അതുലിനും സന്തോഷമായി. പ്രഭാതത്തിന്റെ അരുണകിരണ ങ്ങൾ മൊണാസ്ട്രിയിലെ മരങ്ങളിലും പുൽത്തകിടിയിലും തുളുമ്പി വീണു. ചരൽക്കുന്നിലെ മറ്റൊരു ദിവസത്തിനായി വിശുദ്ധന്മാരുടെ പ്രാർത്ഥന കൾ തുടങ്ങി. പ്രഭാതനടത്തക്കാർ ദിവസത്തെ അഭിമുഖീകരിക്കാനായി പിരിഞ്ഞു.

# എട്ട്

**മൊ**ണാസ്റ്ററിക്ക് ഒരു വലിയ ഗ്രന്ഥശാലയുണ്ട്. മൂന്നുനിലകളിലുള്ള കരിങ്കൽ കെട്ടിടമാണ് ഗ്രന്ഥശാലയും എഴുത്തുപുരയും ചേരുന്ന ടെംപിൾ ഓഫ് നോളഡ്ജ്. ബിഷപ്പ് മൂറിന്റെ കാലത്താണ് ഈ അറിവമ്പലം സ്ഥാപിതമായത്. ഗോഥിക് നിർമ്മാണരീതിയുടെ ഛായ പകരുന്ന കെട്ടിടം. നീളൻ വരാന്തകളും വലിയ ജനാലകളും ലൈബ്രറിയെ സുന്ദരമാക്കുന്നു. ഇലപ്പച്ച തഴച്ച മരങ്ങൾക്കിടയിൽ മറഞ്ഞിരിക്കുന്ന ഗ്രന്ഥാലയത്തിന്റെ പ്രധാന പ്രത്യേകത വിശുദ്ധനാടുകളിൽ നിന്നുള്ള വിവിധതരം *ബൈബിളു*കളുടെ ശേഖരമാണ്. ഒരാൾക്ക് എടുത്താൽ പൊങ്ങാത്ത രീതിയിൽ തടിയിൽ തീർത്ത വേദപുസ്തകം മുതൽ ഉള്ളംകൈകളിൽ ഒതുങ്ങുന്ന കുഞ്ഞൻ ബൈബിൾ വരെയുണ്ട്. അതുൽ ലൈബ്രറിയിലെത്തുമ്പോൾ ഫാദർ ഓംശ്രുന്യ ഒരു കൂമ്പാരം പുസ്തകങ്ങൾക്കിടയിലിരുന്ന് എന്തോ എഴുതിയെടുക്കുന്നത് കണ്ടു. ആശ്രമത്തിന്റെ ചരിത്രം രേഖപ്പെടുത്തിയിരിക്കുന്ന ഗ്രന്ഥങ്ങൾ അടങ്ങിയ തുകൽച്ചുരുൾ ശേഖരം കണ്ണാടിയിട്ട അലമാരയിൽ സൂക്ഷിച്ചിരിക്കുന്നു.

ബിഷപ്പ് നീവിന്റെ നേതൃത്വത്തിലാണ് ഗ്രന്ഥശാലയ്ക്ക് തറക്കല്ലിട്ടത്. അന്നത്തെ സന്ന്യാസിവര്യന്മാരുടെ ഫോട്ടോയും പ്രദർശിപ്പിച്ചിട്ടുണ്ട്.

ലൈബ്രറിയുടെ ജനാലയിലൂടെ താഴ്വാരത്തേക്ക് നോക്കിനിൽക്കുന്ന സിസ്റ്റർ ജാസ്മിനെ അതുൽ കണ്ടു. സഭയുടെ വിശ്വാസികളായ അംഗങ്ങൾ തങ്ങളുടെ ഭാര്യമാരിൽ ആത്മീയ ഉണർവ് ലഭ്യമാക്കുന്നതിനായി രണ്ടാഴ്ചക്കാലത്തെ പ്രത്യേക ധ്യാനസഹവാസം ചാപ്പലിൽ നടത്തുന്ന

ണ്ട്. അതിന്റെ ചുമതലക്കാരിയാണ് സിസ്റ്റർ ജാസ്മിൻ. മൊണാസ്ട്രിയുടെ ചരിത്രത്തിൽത്തന്നെ വിശുദ്ധ പദവി നേടിയ കന്യാസ്ത്രീകളുടെ വലിയ പരമ്പരയുണ്ട്. ഭക്തനായ ഭർത്താവ് തന്റെ ഭാര്യയുടെ ലൗകീക കാര്യങ്ങളിലുള്ള താൽപര്യം അവസാനിപ്പിക്കാൻ മൊണാസ്ട്രിയെ അഭയം പ്രാപിക്കാറുണ്ട്.

മൊണാസ്ട്രിയിൽ എത്തുന്ന അവൾ ക്രിസ്തീയ അനുഭവങ്ങളിലേക്ക് ആനയിക്കപ്പെടുന്നു. കൂട്ടായ്മയിൽ സന്തോഷവും സ്നേഹവും അനുഭവപ്പെട്ട് ആ യുവതിക്ക് തന്റെ ജീവിതത്തെ സംബന്ധിച്ച ദൈവ ഉദ്ദേശം മനസ്സിലാക്കാനും സുവിശേഷവേലയിൽ തനിക്കുള്ള പങ്ക് നിർവഹിക്കാനും കഴിയുന്നു. അങ്ങനെയാണ് സിസ്റ്റർ ജാസ്മിൻ വിശ്വസിക്കുന്നത്. ഇങ്ങനെ അനേകർക്ക് അനുഗ്രഹമായിത്തീരുന്ന മൊണാസ്ട്രിയിലെ പ്രേക്ഷിതപ്രവൃത്തിയിലാണ് സിസ്റ്റർ ജാസ്മിൻ ഏർപ്പെട്ടിരിക്കുന്നത്.

ലൈബ്രറിയുടെ തുടക്കക്കാലത്ത് പുസ്തകങ്ങൾ കോട്ടയത്തുനിന്നും കാളവണ്ടികളിലാണ് ചരൽക്കുന്നിലെത്തിച്ചത്. ഫാദർ ഫർലോയ്ക്കും ഫാദർ ക്ലാർക്കിനുമായിരുന്നു ഗ്രന്ഥപ്പുരയുടെ പ്രാരംഭപ്രവർത്തനങ്ങളുടെ ചുമതല. കരിത്തീ വണ്ടിയിൽ കടൽ കടന്ന് കൊച്ചിയിലെത്തിയ ഗ്രന്ഥങ്ങൾ ഇരുപത്തിനാല് കാളവണ്ടികളിലായി ചരൽക്കുന്നിലേക്ക് യാത്ര പുറപ്പെട്ടു. കാളവണ്ടിക്കാരന്റെ ഇരിപ്പിടം ഒഴികെ ബാക്കിയെല്ലായിടത്തും പുസ്തകങ്ങൾ നിറഞ്ഞിരുന്നു. കാളവണ്ടിയുടെ താളത്തിൽ രാത്രിയുടെ താളം ഒന്നായിച്ചേർന്നു. കിഴക്കൻ മലകളുടെ ഭീതിജനകമായ മൗനത്തിലൂടെ പുസ്തകങ്ങൾ നിറഞ്ഞ ആ കാളവണ്ടികൾ സഞ്ചരിച്ചു. നല്ല നിലാവുള്ള രാത്രിയായതിനാൽ കാളക്കണ്ണുകൾ നിലാവിൽ തിളങ്ങി. ഇടയ്ക്ക് നിന്നും വഴി തുടർന്നും രണ്ടുനാൾ കൊണ്ട് കാളവണ്ടികൾ ലക്ഷ്യസ്ഥാനത്തെത്തി.

ഗ്രന്ഥപ്പുര പൂർത്തിയാകുന്നതിന് മുൻപുതന്നെ പുസ്തകങ്ങൾ ചരൽക്കുന്നിലെത്തി. അറിവിന്റെ മഹാഗോപുരത്തിന് മേൽ ചരൽക്കുന്നിനു മുകളിലെ മേഘങ്ങൾ ഒഴുകി നടന്നു.

ഗ്രന്ഥാലയത്തിന്റെ രേഖകൾ അതുൽ പരിശോധിച്ചു. ഫാദർ ഹാർഡിയായിരുന്നു ആദ്യത്തെ ലൈബ്രേറിയൻ. തിരു-കൊച്ചി ആംഗ്ലിക്കൻ മഹായിടവകയുടെ ബിഷപ്പായിരുന്ന ബിഷപ്പ് ഗില്ലായിരുന്നു ആ ചുമതലയ്ക്കായി ഫാദർ ഹാർഡിയെ തിരഞ്ഞെടുത്തത്. ദിനരാത്രങ്ങൾ പ്രാർത്ഥനയിൽ ചിലവഴിച്ചശേഷം ഫാദർ ചുമതല ഏറ്റെടുത്തു. റോമിൽനിന്ന് കടൽ കടന്നുവന്ന തിരുവെഴുത്തുകളിൽ പലതും ചുരുളുകളായി സൂക്ഷിച്ചിരിക്കുന്ന വലിയ ലൈബ്രറിയാണ്. ഉത്തരവാദിത്വം വളരെ വലുതാണ്.

പൗരസ്ത്യദേശത്തേക്ക് ക്രിസ്തുമാർഗം പ്രചരിപ്പിക്കാനെത്തിയ മിഷനറിമാരുടെ പ്രവർത്തനങ്ങൾ ഭാരതത്തിലെമ്പാടും വലിയ വെല്ലു

വിളികൾ നേരിടുന്ന കാലം കൂടിയായിരുന്നു അത്. ലിസ്ബൺ തുറമുഖത്തുനിന്നും ഗോവ ലക്ഷ്യമാക്കി പുറപ്പെട്ട കപ്പലിൽ ഒരു വിശുദ്ധൻ അക്കാലങ്ങളിൽ യാത്ര തുടങ്ങിയിരുന്നു. അർണ്ണോസ് പാതിരി കേരളതീരത്തിറങ്ങുകയും തൃശ്ശൂർ കേന്ദ്രമാക്കി ഒരു വലിയ ഗ്രന്ഥാലയം സ്ഥാപിക്കുകയും ക്രിസ്തുമതം വളർത്തുകയും ലക്ഷ്യം വെച്ചിരുന്നു. തദ്ദേശീയരായ നാട്ടുകാരിൽനിന്ന് മലയാളപദങ്ങൾ കണ്ടെത്തി അച്ചടി തുടങ്ങുന്നതിനായി മിഷണറിയായ ഗുണ്ടർട്ടിന്റെ നേതൃത്വത്തിൽ ബാസൽ മിഷൻ തലശ്ശേരിയിലെ ഇല്ലിക്കുന്നിൽ അച്ചുകൂടം സ്ഥാപിക്കുന്ന കാലം കൂടിയായിരുന്നു അത്. അക്ഷരങ്ങളിലൂടെയും പുസ്തകങ്ങളിലൂടെയും അറിവിലൂടെയും മലയാളനാടിനെ കീഴ്പ്പെടുത്താമെന്ന് മിഷണറിമാർ കണ്ടെത്തിയ കാലം കൂടിയായിരുന്നു അത്. ആദിമപിതാക്കന്മാരും സന്ന്യാസിവര്യന്മാരും ശേഖരിച്ച വിശുദ്ധഗ്രന്ഥങ്ങൾ അങ്ങനെ ചരൽക്കുന്നിലെത്തി. പുസ്തകങ്ങളിലൂടെ ക്രിസ്തുമത വ്യാപനം വളർന്നു.

# ഒൻപത്

**മൊ**ണാസ്ട്രിയിലെ കുശിനിക്കാരൻ പീലിയുടെ വീട് പമ്പയുടെ തീരത്താണ്. പെരുമഴയത്ത് കലങ്ങി വരുന്ന പമ്പാനദിയുടെ തീരത്തു ടെ അയാൾ വഴിച്ചാല് കടന്ന് കോഴഞ്ചേരി ചന്തയിലേക്ക് നടക്കുകയാ യിരുന്നു. മൊണാസ്ട്രിയിൽനിന്നും ചന്തയിലേക്ക് ജീപ്പുമായി മോനായി വരും. പിന്നെ ചന്തയിൽനിന്നും കാന്റീനിലേക്ക് വേണ്ട സാധനങ്ങൾ വാങ്ങി രണ്ടുപേരും ഒരുമിച്ചാണ് ചരൽക്കുന്ന് കയറുന്നത്. പീലി ഒരു തെ റുപ്പുബീഡിയ്ക്ക് തീ പറ്റിച്ചു. കാറ്റിനെതിരെ മത്സരിച്ച് കൈകൾ പൊത്തി ബീഡിയ്ക്ക് തീ കൊളുത്തി. പമ്പ കലങ്ങി മറിഞ്ഞ് ഒഴുകുന്നുണ്ട്. കിഴക്കൻ മലകളിൽ കഴിഞ്ഞ കുറെ ദിവസങ്ങളായി ഉഗ്രൻ മഴയാണ്. രണ്ടു പ്രളയ ങ്ങൾ എത്ര മനുഷ്യജീവനാണ് എടുത്തത്. എം എൽ എയുടെ കരച്ചിൽ മൂലം പമ്പയുടെ കരയിലെ കുറച്ചാളുകൾക്ക് ജീവൻ തിരിച്ചുകിട്ടി.

"മലവെള്ളം പാഞ്ഞുവരുന്നതു കണ്ടോ പീലിച്ചാ... കാട്ടിലെങ്ങാണ്ട് ഉരുള് പൊട്ടിയെന്നാ കേക്കുന്നെ... അതെങ്ങനാ മനുഷ്യന് അഹങ്കാരമ ല്ലിയോ അഹങ്കാരം. പണ്ട് പമ്പയുടെ കരയിലെ പാടങ്ങളിലെല്ലാം കൊ യ്ത്തുണ്ടായിരുന്നു. ഇപ്പോ അമേരിക്കക്കാര് വീട് കെട്ടി കേറ്റുകയില്ലയോ... കൃഷിയൊക്കെ ആർക്കുവേണം. മണ്ണും പെണ്ണും ഒരുപോലെയാ പീലിച്ചാ. ഒടേ തമ്പുരാൻ കനിഞ്ഞാലെ രണ്ടും നിക്കത്തൊള്ളൂ... ഈ വെള്ളമെല്ലാം ഒഴുകി കുട്ടനാട്ടുകാരുടെ നെഞ്ചത്തേക്കല്ലിയോ കയറുന്നത്... പാവങ്ങള് നാടുവിട്ട് പോവാ... നീ ഒരു കൊച്ചുബീഡിയുണ്ടേൽ തന്നിട്ടു പോ..."

പശുവുമായി നിൽക്കുന്ന പിള്ളച്ചേട്ടൻ അങ്ങനെ പറഞ്ഞപ്പോൾ പീലിനിന്നു. കൈലിയുടെ മടക്കിൽനിന്നും തെറുപ്പുബീഡി രണ്ടെണ്ണമെ

ടുത്ത് നീട്ടി.

"ന്റെ പിള്ളച്ചേട്ടാ... നിങ്ങള് പറഞ്ഞത് ഒള്ളതാ... പമ്പയുടെ ഇരു കരയിലും എന്തുമാത്രം മനുഷ്യര് സമാധാനത്തോടെ ജീവിച്ച മരിച്ച താ... അന്നൊന്നും ഈ വർഗീയത ഇത്രയ്ക്ക് ഇല്ലാരുന്നല്ലോ... നിങ്ങക്ക് നിങ്ങടെ ദൈവം... ഞങ്ങക്ക് ഞങ്ങടെ ദൈവം... അമ്പലത്തിനടുത്ത് പള്ളിയുണ്ടാവും... രണ്ടും ഇരട്ടകളെപ്പോലെ അല്ലായിരുന്നോ... കാലം മാറിയപ്പോ കാശ് കീശയിലായി... എല്ലാവർക്കും കാശായപ്പോ അയൽ ക്കാരനെ വേണ്ടാതായി... തിന്നത് എല്ലിനിടയിൽ കുത്താൻ തുടങ്ങി യപ്പോ ജാതിയും മതവും പ്രശ്നമായി. അതിന്റെ ഫലമാ ഇതൊക്കെ..." ബീഡി ആഞ്ഞുവലിച്ച് പീലി ലോകതത്വം വിളമ്പി. പിള്ളയും തലയാ ട്ടി. തളിർപ്പുല്ലിൽനിന്നും പുഴയുടെ തീരത്തെ തൊട്ടാവാടി പടർപ്പിലേക്ക് നാക്കനീട്ടി പശു കയറിൽ കുതറി. പിള്ള പശുവുമായി ഓടി.

"ന്നാ.... പിന്നെ കാണാം.... പോയേക്കവാ...."

അയാൾ വിളിച്ച കൂവി.

പമ്പയുടെ തീരത്തൂടെ നടക്കവേ ഫാദർ ഓംശ്ലൂന്യ പറഞ്ഞ ഒരു മര ത്തെക്കുറിച്ച് പീലി ഓർത്തെടുത്തു. ആ മരം തേടി കൊച്ചുവള്ളത്തിൽ എത്രയോ തവണ ഫാദർ ഓംശ്ലൂന്യയ്ക്കൊപ്പം അയാൾ തുണ പോയിട്ടു ണ്ട്. *ബൈബിളി*ലെ നോഹയുടെ പെട്ടകം പണിയുന്നതിന് ഉപയോഗിച്ച എന്ന കരുതപ്പെടുന്ന നിറംപല്ലി എന്ന അത്യപൂർവമരം പമ്പയുടെ തീര ത്തുണ്ടെന്നാണ് വിശ്വസിക്കപ്പെടുന്നത്. നിറംപല്ലിയുടെ ശാസ്ത്രീയനാമം ഫാദർ ഓംശ്ലൂന്യ പറഞ്ഞത് പീലിയുടെ ഓർമ്മയിലെത്തി. അയാൾ ആ പേര് കഷ്ടപ്പെട്ട് പഠിച്ചെടുത്തതാണ്.

ബോഡോ കാർപസ് വാലുചിയാന (Bodo Carpus Walucheana)

പീലിക്ക് ആദ്യം ഫാദർ ഓംശ്ലൂന്യ പറയുന്ന അനേകം അത്ഭുതകഥ കളിലൊന്ന് മാത്രമായിട്ടാണ് നിറംപല്ലി മരത്തിന്റെ കാര്യവും തോന്നി യത്. ഒരുകാലത്ത് നിറംപല്ലി മരങ്ങൾ മൊണാസ്ട്രിയുടെ ആവൃതിയിൽ വിശുദ്ധമായ പന്ത്രണ്ട് മരങ്ങളിൽ ഒന്നായി നില നിന്നിരുന്നുവെന്നും ഫാദർ പറഞ്ഞു. ക്യാന്റീനിലെ നാലു മണിചായ കഴിഞ്ഞ് അത്താഴത്തി നുള്ള ഒരുക്കങ്ങൾ തുടങ്ങിയപ്പോഴാണ് കുശിനിയുടെ പിന്നാമ്പുറത്ത് ഫാദർ ഓംശ്ലൂന്യ വന്നത്. ആ സംഭാഷണം ഓർക്കുന്നുണ്ട്.

"പീലിച്ചാ... ഈ പമ്പാനദിയെക്കുറിച്ച് നമ്മുടെ ഗ്രന്ഥപ്പുരയിൽ നിന്നും ഞാൻ അതിശയിപ്പിക്കുന്ന ഒരു കയ്യെഴുത്ത് ഗ്രന്ഥം വായിച്ചു കേട്ടോ."

"അതു കൊള്ളാമല്ലോ..."

"ഈ പമ്പാനദി ജൈവവൈവിധ്യത്തിന്റെ കലവറയായിരുന്നു. കേരളത്തിലെ നിത്യഹരിതവനങ്ങൾ അത്രയുമുണ്ടായിരുന്നത് പമ്പയു

ടെ തീരത്തായിരുന്നു. വൃഷ്ടിപ്രദേശങ്ങളിൽ അത്യപൂർവമായ ഔഷധ സസ്യങ്ങളും നിത്യഹരിതവനങ്ങളും ഇലകൊഴിയും ആർദ്രവനങ്ങളും ഇലകൊഴിയും വരണ്ടവനങ്ങളുമൊക്കെയുണ്ടായിരുന്നു. ഇനി ഞാൻ പറയുന്ന ഒരു കാര്യം കേട്ടാൽ താൻ ഞെട്ടും. നോഹയുടെ പെട്ടകം പണിത മരം പമ്പയുടെ തീരത്തുവളർന്നതാ. നിറംപല്ലി എന്നാ ആ മരത്തിന്റെ പേര്... ഇപ്പോഴും ആ മരത്തിന്റെ തൈകൾ പുഴയുടെ തീരത്തു കാണും... നമുക്കൊന്ന് പോയി നോക്കണം കേട്ടോ..."

ഫാദർ ഓംശ്ലുന്യ അങ്ങനെ പറഞ്ഞിട്ട് പെട്ടെന്ന് എഴുന്നേറ്റുപോയി. സന്ന്യാസിയുടെ മറ്റൊരു തമാശ എന്നുമാത്രമേ പീലി കരുതിയുള്ളൂ. എന്നാൽ നിറംപല്ലി തേടിയുള്ള തോണിയാത്രകൾ പിറ്റേ ആഴ്ച മുതൽ തുടങ്ങേണ്ടി വന്നു.

വനംവകുപ്പിന്റെ അന്വേഷണത്തിൽനിന്നും നിറംപല്ലിയുടെ പതിനെട്ട് മരങ്ങൾ ഗൂഡിക്കൽ റേഞ്ചിൽനിന്നും കാണപ്പെട്ടത് രേഖപ്പെടുത്തിയതായി ഫാദർ ഓംശ്ലുന്യ കണ്ടെത്തി. എന്നാൽ ഇവയുടെ തൈകൾ വെച്ച് പിടിപ്പിക്കാനുള്ള എല്ലാ ശ്രമവും പരാജയപ്പെടുകയാണുണ്ടായത്. പിന്നീട് നിറംപല്ലിയുടെ സാന്നിധ്യം കണ്ടെത്താൻ കഴിഞ്ഞത് മലയായിലും മ്യാൻമറിലുമാണ്.

പുഴയുടെ തീരത്തൂടെ നടക്കുമ്പോൾ അപരിചിതമായ ഏത് മരം കണ്ടാലും അത് നിറംപല്ലിയാണോയെന്നുള്ള ഒരു സംശയം പീലിയിൽ രൂപപ്പെടും. ഫാദർ ഓംശ്ലുന്യ തന്നെ ഒരു മരംനോക്കിയാക്കി എന്നയാൾ മനസ്സിൽ പറയാറുണ്ട്.

# പത്ത്

**കോ**ഴഞ്ചേരി ചന്തയിലേക്ക് പീലിയെത്തുമ്പോൾ സിഗരറ്റ് വലിച്ചുകൊണ്ട് മോനായി മൊണാസ്ട്രിയുടെ ജീപ്പിൽ ചാരിനിന്ന് ആരോടോ സംസാരിക്കുന്നു. അപ്പുറത്ത് നിൽക്കുന്ന ആൾ ആരാണെന്ന് വ്യക്തമല്ല. ബസുകളുടെ ഹോണടിയും ട്രാഫിക് ബഹളങ്ങളും കടന്ന് പമ്പയുടെ തീരത്തുടെ പീലി ജീപ്പിനു പിറകിലേക്ക് ചെന്നു. പുതിയ അസിസ്റ്റന്റ് മാനേജരാണ് മോനായിയുടെ കൂടെയുള്ളത്. രണ്ടുപേരും പീലിയെ കണ്ടു.

"പീലിച്ചൻ താമസിച്ചോ?"

മോനായി ചോദിച്ചു.

"എന്റെടാ കുവേ... പശുവിനെ കറക്കാൻ കുറച്ച് താമസിച്ചു. അതാ വൈകിയത്. ഗുഡ്മോർണിംഗ് സാർ."

അതുലിനെ നോക്കി പീലി സുപ്രഭാതം നേർന്നു. അതുൽ തിരിച്ചും ഗുഡ്മോർണിംഗ് പറഞ്ഞു. പീലി അതുലിനോട് പറഞ്ഞു.

"പത്തനംതിട്ടയിലെ ചെറിയ മലയോര പട്ടണമാണ് കോഴഞ്ചേരി. മലഞ്ചരക്ക് വ്യാപാരത്തിന് പേരുകേട്ട സ്ഥലം, മാരാമൺ കൺവെൻഷൻ, ചെറുകോൽപ്പുഴ ഹിന്ദുമത കൺവെൻഷൻ തുടങ്ങിയ തീർത്ഥാടന കേന്ദ്രം കൂടിയായ സ്ഥലം."

"ഇതൊക്കെ എനിക്കറിയാം പീലിച്ചാ... ഞാനും ഈ നാട്ടുകാരൻ തന്നെയല്ലേ..."

എല്ലാവരും ചിരിച്ചു. ചന്തയിലേക്ക് നടന്നു. ഉണർന്ന് സജീവമാകുന്നു ചന്ത, കോഴിക്കടയിലും ഇറച്ചിക്കടയിലും തയ്യാറാക്കി വെച്ചിരുന്ന പായ്ക്കറ്റുകൾ മോനായി ജീപ്പിലേക്ക് കൊണ്ടുവന്നുവെച്ചു. പച്ചക്കറി സാധ

നങ്ങൾ ഒരു ചാക്കിലാക്കി ചുമന്നുകൊണ്ട് പീലിച്ചൻ ജീപ്പിന്റെ മുകളിൽ കയറിയിട്ട് കെട്ടി വച്ചു. പാലും പഴങ്ങളും മൊണാസ്ട്രിയിലേക്ക് സപ്ലൈ ചെയ്യുകയാണ് പതിവ്. ഒരു കാലത്ത് മൊണാസ്ട്രിയിൽ കന്നുകാലി ഫാമുണ്ടായിരുന്നു.

വിദഗ്ധമായ മാനേജ്മെന്റ് രീതികളിലേക്ക് മൊണാസ്ട്രിയെ മാറ്റി ത്തീർക്കുന്നതിൽ പുതിയ ബിഷപ്പിനും മാനേജർക്കും വലിയ പങ്കാണുള്ളത്. സഭയുടെ പിന്നിലെ ശക്തികളും മികച്ച ലാഭകരമായ സ്ഥാപനമാക്കി മൊണാസ്ട്രിയെ മാറ്റിത്തീർക്കുവാൻ ആഗ്രഹിക്കുന്നതായി അതുലിന് തോന്നിയിരുന്നു. അതുകൊണ്ടായിരിക്കും മാനേജർ തന്നെ ചന്തയിലേക്ക് അയച്ചത്. ജീപ്പിൽ സാധനങ്ങൾ നിറഞ്ഞപ്പോൾ മോനായി പുറപ്പെടാമെന്ന സിഗ്നൽ കാട്ടി.

ഒന്നറച്ച് ജീപ്പ് സ്റ്റാർട്ടായി.

പീലി പിൻസീറ്റിൽനിന്നും തന്റെ അറിവിന്റെ ഒരു ചെറിയ ഭാഗം അതുല്യമായി പങ്കുവെയ്ക്കാൻ ഉത്സുകനായി.

"സാറേ... ഈ കോഴഞ്ചേരി ചന്തയുടെ പഴയ പേര് എന്താണെന്ന് അറിയാമോ...?"

"എന്താ പീലിച്ചാ....?" മോനായി ആവേശംകൊണ്ടു.

"ബല്ലാട് മാർക്കറ്റെന്നാ പണ്ട് ഈ ചന്തയുടെ പേര്... ഇന്നിപ്പോൾ പമ്പ മലിനമാക്കുന്നതിൽ ചന്തയ്ക്കും ചെറിയ പങ്കുണ്ട്. മലിനജലമെല്ലാം ഒഴുകി അങ്ങോട്ടല്ലിയോ ചെല്ലുന്നത്."

അതുൽ ഏതൊക്കെയോ ഓർമ്മകളിൽ നഷ്ടപ്പെട്ടിരുന്നു. ബാംഗ്ലൂർ ജീവിതത്തിന്റെ ഓർമ്മകളിലേക്ക് ഇടയ്ക്കിടെ യാത്ര പോകും. ബാംഗ്ലൂർ... ബംഗ്ളൂരു... അവിടെയായിരുന്നെങ്കിൽ രാവിലെത്തന്നെ കുളിച്ച് റെഡിയായി ഇൻകാർനേഷൻ കോൾസെന്ററിലേക്ക് പോകാനുള്ള നെട്ടോട്ടമാവും ഇപ്പോൾ. കോൾസെന്ററിന്റെ വക വണ്ടി വരും. വണ്ടിയിൽ തിങ്ങിനിറഞ്ഞ് ബഹുനില കെട്ടിടങ്ങൾക്കിടയിലൂടെ ഐ ടി തൊഴിലാളികളിലൊരാളായി താനും കമ്പ്യൂട്ടറിനു മുന്നിലേക്ക്. ആ മടുപ്പിൽ നിന്നാണ് ജീവിതം തിരിച്ചുപിടിക്കാൻ കുറച്ച് സ്വസ്ഥത തേടി ഈ മല നിരകളിലേക്ക് വന്നിരിക്കുന്നത്.

"സാറേ... നമുക്കൊരു ചായ കുടിച്ചാലോ...?" ആശുപത്രിമുക്ക് കഴിഞ്ഞപ്പോൾ മോനായി ജീപ്പൊതുക്കി.

"മറിയച്ചേടത്തിയുടെ ചായ കിടിലമാ... ചേടത്തിയേ... ചേടത്തിയേ..."

മോനായി ചായക്കടയുടെ ഉള്ളിലേക്ക് വിളിച്ചുകൊണ്ട് കടയിലേക്ക് കയറി. പഴമയുടെ എല്ലാ പുതുമകളും അണിഞ്ഞുകൊണ്ട് നിൽക്കുന്ന ചായക്കടയിലെ ബെഞ്ചിൽ അതുലും കയറി ഇരുന്നു.

ചായക്കടയിൽ ഇരുന്നാൽ ക്ലറ്റൻ ആശ്ശുപത്രിയുടെ എടുപ്പുകൾ കുറച്ച് ദൂരെയായി കാണാം. പണ്ട് മലഞ്ചരക്കുകൾക്കും മാരാമൺ കൺവെൻഷനും ചെറുകോൽപ്പുഴ കൺവെൻഷനും പേരുകേട്ട കോഴഞ്ചേരി ഇന്ന് ഒരു പ്രേതനഗരമായി മാറുന്നതായി അതുലിന് തോന്നി. പമ്പയുടെ ചുറ്റും ആശ്ശുപത്രി സമുച്ചയങ്ങൾ ഉയർന്നുവരുകയാണ്. മരണഭീതിയോടെ ജനങ്ങൾ ആശ്ശുപത്രികളെ അഭയംപ്രാപിക്കുന്നു. ലോകത്തിന്റെ പല ഭാഗങ്ങളിലേക്കും ചേക്കേറിയവരുടെ മാതാപിതാക്കളായ വൃദ്ധസമൂഹം ആരുമറിയാതെ ക്ലറ്റൻ ആശ്ശുപത്രികളിൽ മരണം കാത്ത് കിടക്കുന്നു. ജീവിതത്തിന്റെ ഘോഷയാത്രകൾ അവസാനിപ്പിച്ച് ഏകാന്തമായ വ്യഥയോടെ പള്ളി സെമിത്തേരികളെ സ്വപ്നം കണ്ടുകൊണ്ട് ക്ലറ്റൻ വീടുകളിൽ അവർ ഉറങ്ങി ഉണരുന്നു. അതുലിന് മനസ്സിൽ കയ്പ്പ് തോന്നി.

പെട്ടെന്ന് ചിന്തകളിൽനിന്നും അതുൽ പുറത്തിറങ്ങി. മൊണാസ്ട്രിയിലെത്തിയിട്ട് ചെയ്യാൻ ഒരുപാട് ജോലികളുണ്ട്. പരിചയക്കാരിയായ മറിയാമ്മച്ചേടത്തിയുമായി സംസാരത്തിലാണ് മോനായിയും പീലിയും. അതുൽ ഗ്ലാസ് തിരികെവെച്ച് ചായക്കാശ് നൽകുന്നതിനായി പേഴ്സ് തുറന്നു.

മാനേജർ ഏൽപ്പിച്ചിരിക്കുന്ന ഉത്തരവാദിത്വത്തിന്റെ ഭ്രാന്ത് വന്നു മൂടി. കുട്ടികളുടെ ഗോസ്പൽ ക്യാമ്പാണ് ഇനി ചരൽക്കുന്ന് ക്യാമ്പ്സെന്ററിലെ പ്രധാന പരിപാടി. ഒരുപാട് ജോലികൾ ബാക്കിയുണ്ട്.

# പതിനൊന്ന്

**വേ**നൽക്കാലത്താണ് ക്യാമ്പ് സെന്ററിൽ ക്യാമ്പുകളധികവും നടത്തപ്പെടുന്നത്. പരീക്ഷപ്പേടി കഴിഞ്ഞ്, പുസ്തകക്കെട്ടിനെയും ടൈം പീസിനെയും എടുത്തെറിഞ്ഞ് ക്യാമ്പിനെത്തുന്ന കുട്ടികളിൽ പലരും കൂറ്റൻ മാവുകളിൽ വലിഞ്ഞുകയറും. പിരിയൻ ശാഖകളുള്ള പറങ്കിമാവിന്റെ തുഞ്ചത്ത് വലിഞ്ഞുകയറി ഊഞ്ഞാലാടും. തളിരിലകളോടൊപ്പം പ്രഭാതത്തിന്റെ മഞ്ഞുതുള്ളി പുതച്ച് കിടക്കുന്ന മാമ്പഴങ്ങൾ പെറുക്കാൻ ഡോർമിറ്ററിയിൽനിന്നും പതുങ്ങിപ്പതുങ്ങിയിറങ്ങും. എന്നാൽ മാനേജരുടെ കർശനമായ വിലക്കുകൾമൂലം ഇന്നധികമാരും കുട്ടികൾക്ക് സ്വതസിദ്ധമായ ഈ കുസൃതി കാട്ടാൻ അനുവാദം നൽകാറില്ല. കർശനമായ ഭരണപരിഷ്കാരങ്ങൾ കമ്പ്യൂട്ടർ പ്രിന്റൗട്ട് എടുത്ത് സെമിനാർ ഹാളിലും ഡോർമിറ്ററികളിലും ഇടനാഴികളിലും മാനേജർ പതിപ്പിച്ചുവെച്ചിട്ടുണ്ട്. കഴിഞ്ഞ യൂത്ത് ക്യാമ്പിൽ രാത്രിയിൽ ഡോർമിറ്ററിയിൽനിന്നും പൂച്ച കരഞ്ഞതിന് രണ്ടു പെൺകുട്ടികളെ രാത്രി തന്നെ മാനേജർ പിടിച്ചുപുറത്താക്കി. വാകത്താനത്തുനിന്നും കുമ്പളാംപൊയ്കയിൽനിന്നും പെൺകുട്ടികളുടെ മാതാപിതാക്കൾ പറന്നെത്തി. അച്ചടക്കത്തിന്റെ കാര്യത്തിൽ കോൺവെന്റ് സ്കൂളുകളിലെ ഹോസ്റ്റൽ വാർഡന്റെ സ്വഭാവമാണ് മാനേജർക്ക്. കാഷ്യർ മാത്യുവിൽനിന്നും വിവരങ്ങളൊക്കെ ശേഖരിച്ചതിനു ശേഷം അതുൽ നാലുമണിച്ചായ കഴിച്ച് മെസ്സിന്റെ പുറത്തേക്കിറങ്ങി.

സമയത്തിന്റെ ധാരാളിത്തം അത്ഭുതപ്പെടുത്തി. ഈ മലമുകളിൽ കാറ്റ് മരച്ചില്ലകളിൽ താളംപിടിക്കുന്ന വേനൽക്കാലത്ത് സമയം

അനന്തമാണ്. പ്രകാശരശ്മികളുടെ വേഗത്തിൽ സഞ്ചരിച്ചാൽ പഴയ കാലങ്ങൾ, സമയങ്ങൾ തിരിച്ചുവരുമത്രേ. ഒരുകാലത്ത് രാവിലെ ഉണരുന്നതും രാത്രിയാകുന്നതും തമ്മിലുള്ള ദൂരം വളരെ ലഘുവായിരുന്നു. പുൽത്തകിടിയിലെ പ്ലാസ്റ്റർ ഓഫ് പാരീസ് ശില്പങ്ങൾക്കും യൂക്കാലിപ്സ് മരങ്ങൾക്കുമിടയിലിരുന്നാൽ ക്യാമ്പ്സെന്ററിനു താഴെയുള്ള താഴ്വാരം ഒന്നാകെ കാണാം. ക്യാമ്പ്സെന്ററിന്റെ അതിരുകൾക്കപ്പുറമുള്ള ചെമ്മൺപാതയിലൂടെ ഒന്നോ രണ്ടോ പേർ നടന്നു പോകുന്നതൊഴിച്ചാൽ അന്തരീക്ഷം ശാന്തം. പൂച്ചെടികൾക്ക് വെള്ളമൊഴിക്കുന്നുണ്ട് ജോലിക്കാർ. നീലക്കളർ ലയിപ്പിച്ച് ചാരനിറത്തിൽ ചേർത്തതുപോലെ കാണാവുന്ന മലനിരകൾക്കിടയിലേക്ക് നോക്കിയിരുന്നു. അകലെ ഒരു പൊട്ടുപോലെ പമ്പാനദി.

ഒരു കൈയിൽ വിശുദ്ധവേദപുസ്തകവും മറുകൈയിൽ തോക്കുമേന്തി കടൽ കടന്നെത്തിയ ബ്രിട്ടീഷ് ഈസ്റ്റ് ഇന്ത്യ കമ്പനിയോടൊപ്പം ഇന്ത്യയിലെത്തിയ ജോസഫ് മോഞ്ചോ എന്ന ഡിസേർട്ട് ഫാദറാണ് ചരൽക്കുന്നിൽ ആദ്യമായി കാലുകുത്തിയ വിദേശി. ബാസൽമിഷനും സുവിശേഷപ്രസംഗവും രോഗശുശ്രൂഷയുമായി മലമുകളിൽ ദൈവത്തിന്റെ സാന്നിദ്ധ്യം കണ്ടെത്തിയ ജോസഫ് മോഞ്ചോ ആംഗ്ലിക്കൻ സഭയുടെ സഹായത്തോടെ മൊണാസ്ട്രിയും ഡിസ്പെൻസറിയും പണികഴിപ്പിക്കുകയായിരുന്നു. ക്രിസ്തുതാര പ്രസ് പുറത്തിറക്കിയ ഒരു യാത്രാഗ്രന്ഥവും മോഞ്ചോ എഴുതി. ഓമല്ലൂർ വാണിഭത്തിന് ചെന്ന് രണ്ട് കൊഴുത്ത പശുക്കളെയും വാങ്ങിയാണ് ഒരിക്കൽ ജോസഫ് മോഞ്ചോ ചരൽക്കുന്ന് കയറിയത്. "നന്നായി കിളരമുള്ള വട്ടക്കണ്ണാടി വച്ച സായ്പ്പ് " എന്നാണ് നാട്ടുകാർ ജോസഫ് മോഞ്ചോയെ വിളിച്ചത്. ചൊറിക്കും ചിരങ്ങിനും പനിക്കും വരെ നാട്ടുകാർ ഡിസ്പെൻസറിയിൽ നടന്നെത്തി. തിരുവല്ലയിൽനിന്നും വരുന്ന ഒരു ഡോക്ടറോടൊപ്പം വൃദ്ധസന്ന്യാസിയും രോഗികളെ ശുശ്രൂഷിച്ചു. ഒരു സുപ്രഭാതത്തിൽ ഡിസ്പെൻസറിയിലെത്തിയ നീലിത്തള്ളയാണ് കുശിനിയിൽ മരിച്ചുകിടക്കുന്ന ജോസഫ് മോഞ്ചോയെ കണ്ടത്.

ആംഗ്ലിക്കൻ സഭ പിന്നീട് രണ്ടായി പിരിഞ്ഞു. തീവ്രവിശ്വാസികളും അല്ലാത്തവരും. സുറിയാനികളും ലത്തീൻകാരും എന്നു പറയുന്നതുപോലെ. സ്ഥാപനങ്ങളും വസ്തുവകകളും വീതംവച്ച നിലയിൽ സഭയ്ക്ക് മൊണാസ്ട്രിയും ചരൽക്കുന്നിലെ കാലിൽ തുളച്ചു കയറുന്ന തൊട്ടാവാടിമുള്ളുനിറഞ്ഞ മൊട്ടക്കുന്നും ലഭിച്ചു. ജോസഫ് മോഞ്ചോയ്ക്കുശേഷം ലോകത്തിന്റെ പല ഭാഗത്തുനിന്നുമെത്തിയ സന്ന്യാസിമാർ മലമുകളിൽ അപാ

രമായ ദൈവസാന്നിദ്ധ്യത്തെ അനുഭവിച്ചുകൊണ്ട് ചരൽക്കുന്നിൽ മാവും തെങ്ങും പ്ലാവും വച്ചുപിടിപ്പിച്ചു. തൊഴുത്തിൽ രണ്ട് പശു എന്നതിൽനിന്ന് പശുക്കളുടെ സ്ഥാനം നാലായി. ഡിസ്പെൻസറി നിറയെ രോഗികൾ സഭയുടെ കാരുണ്യത്തെ സ്വീകരിച്ചു.

ചാപ്പലിൽനിന്നും സന്ധ്യാരാധനയ്ക്കായുള്ള മണിമുഴങ്ങിയപ്പോൾ അതുൽ ചാപ്പലിലേക്ക് നടന്നു. നാളെ മുതൽ ആരംഭിക്കുന്ന ക്യാമ്പ് ബിയോൺഡ് ബിലീഫ് എന്ന കുട്ടികളുടെ ക്യാമ്പിനെക്കുറിച്ചുള്ള ചിന്തയായിരുന്നു മനസ്സിൽ. സാധാരണ രീതിയിൽ വെള്ളിയാഴ്ച മുതൽ വെള്ളിയാഴ്ച വരെ നീളുന്നതാണ് ഏഴു ദിവസത്തെ ക്യാമ്പുകൾ. കുട്ടികളുടെ ക്യാമ്പെന്നു പറഞ്ഞാൽപ്പോലും ഡിഗ്രി തലംവരെ പഠിക്കുന്നവർക്കുവരെ ക്യാമ്പിൽ പങ്കെടുക്കാം. അന്യസംസ്ഥാനങ്ങളിൽനിന്നും വിദേശരാജ്യങ്ങളിൽനിന്നും വരുന്നവർക്കായി സമീപത്തെ ടൂറിസ്റ്റ് കേന്ദ്രങ്ങളിലേക്ക് ഒരു ട്രാവൽട്രിപ്പും ക്യാമ്പ് പാക്കേജിന്റെ ഭാഗമായി നല്കാറുണ്ട്. പമ്പാനദിയുടെ തീരം, ആറന്മുള വാസ്തുവിദ്യാ ഗുരുകുലം, മാരാമൺ പള്ളി, അരുവിക്കുഴി മിനിഡാം പ്രൊജക്ട് തുടങ്ങിയ ക്യാമ്പ് സെന്ററിന്റെ ചുറ്റുവട്ടത്തുള്ള സ്ഥലങ്ങളിലേക്കു തന്നെ. അതിനാൽ ഒരു പ്രത്യേക ട്രാവൽ ഡെസ്കും മാനേജരുടെ നേതൃത്വത്തിൽ പ്രവർത്തിക്കുന്നുണ്ട്.

പോൾ ഡ്രിസൺ എന്ന ആഗോള ആത്മീയഗുരുവാണ് ക്യാമ്പിനെത്തുന്ന വിശിഷ്ടാതിഥി. ക്യാമ്പ് ഡയറക്ടറും ആത്മീയഗുരു തന്നെയാണ്. സംഗീതപരിശീലനം, വർഷിപ്പ്, വർക്ക് ഷോപ്പുകൾ, സംഗീതരചനാ മത്സരങ്ങൾ, ട്രാവൽട്രിപ്പ്, ടാലന്റ് നൈറ്റ് എന്നിവയൊക്കെയാണ് ക്യാമ്പ് ബിയോണ്ട് ബിലീഫിന്റെ പ്രധാന പരിപാടികൾ. ക്യാമ്പ് തുടങ്ങുന്ന ദിവസംതന്നെ സാധാരണ രീതിയിൽ മാനേജരുടെ കാബിനിൽ ഒരു മീറ്റിംഗ് ചേരുന്ന പതിവുണ്ടെന്ന കാര്യം അതുൽ മനസ്സിലാക്കി. അഞ്ചാം ക്ലാസു മുതൽ ഡിഗ്രിതലം വരെ പഠിക്കുന്ന കുട്ടികളുടെ ക്യാമ്പാണ് നടക്കുന്നതെന്ന മുഖവുരയോടെ ആരംഭിച്ച മാനേജരുടെ പ്രസംഗത്തിന് ഒരു താക്കീതിന്റെ സ്വരമാണുണ്ടായിരുന്നത്. അപകടകരമാംവിധം കൊല്ലികൾ പതിയിരിക്കുന്ന ക്യാമ്പ് സെന്ററിൽനിന്നും കുട്ടികളെ സംരക്ഷിക്കേണ്ടത് നമ്മുടെ കൂടി ഉത്തരവാദിത്വമാണെന്നും കുട്ടികൾക്കും അതിഥികൾക്കും ഏറ്റവും മികച്ച സേവനം നൽകുക എന്നതായിരിക്കണം നമ്മുടെ ലക്ഷ്യമെന്നും മാനേജർ ഓർമ്മിപ്പിച്ചു. തുടർന്ന് പ്രോഗ്രാം ഷെഡ്യൂളിന്റെ ഫോട്ടോസ്റ്റാറ്റ് കോപ്പികൾ മാനേജർ സ്റ്റാഫുകൾക്കിടയിൽ വിതരണം ചെയ്തു.

ക്യാമ്പ്സെന്ററിന്റെ വാഹനവ്യൂഹം വളരെ വലുതാണ്. നാല് ടൂറിസ്റ്റ് ബസുകളും രണ്ടു മിനിബസുകളും നാല് ഇന്നോവകളും ഒരു മാരുതി ഓംനിയും ജീപ്പും ഒരു സ്കൂട്ടറും ഉൾപ്പെടുന്നതാണത്. സ്കൂട്ടർ മെസ്സിന്റെ ചെറിയ ചെറിയ ആവശ്യങ്ങൾക്കായി മാത്യുവിനെയും വഹിച്ചുകൊണ്ട് ചരൽക്കുന്നി റങ്ങിപ്പോകുന്നത് അതുൽ കാണാറുള്ളതാണ്.

സായാഹ്നത്തോടുകൂടി കുട്ടികളുടെ സംഘം ക്യാമ്പ്സെന്ററിലേക്ക് എത്തിത്തുടങ്ങി. ഒരു സ്കൂൾ ബെല്ലടിച്ചുവിട്ടാലെന്ന പോലെയുള്ള കുട്ടികളുടെ ബഹളവും ചിരിയും ക്യാമ്പ്സെന്ററിൽ എമ്പാടും നിറഞ്ഞു. മുതിർന്ന കുട്ടികളിൽ പലരും ആൺകുട്ടികളുടെയും പെൺകുട്ടികളുടെയും പ്രത്യേകം പ്രത്യേകം സംഘങ്ങൾ ചേർന്ന് താഴ്‌വാരത്തെ കാഴ്ചകൾ കണ്ടുനിൽക്കുകയാണ്. പെൺകുട്ടികൾ ഇവിടേക്ക് വന്നെത്തിയ മലനിരയെ ചുറ്റിപ്പറ്റിയുള്ള വഴി ചൂണ്ടിക്കാട്ടി സന്തോഷിക്കുന്നു. സീസോയും ഊഞ്ഞാലുകളും ബൈനോക്കുലറുകളും മറ്റൊരു സംഘം സ്വന്തമാക്കിക്കഴിഞ്ഞു.

ക്യാമ്പ്സെന്ററിലെ പി ആർ ഒയുടെ ജോലിയും വർഷങ്ങളായി മാനേജരുടെ ഉത്തരവാദിത്വത്തിൽപ്പെട്ടതാണ്. ഇന്നത്തെ പരിപാടി എന്ന പ്രാദേശിക പത്രങ്ങളുടെ കോളങ്ങളിലേക്ക്  ചരൽക്കുന്ന് ക്യാമ്പ്സെന്ററിൽ ഇന്ന് ക്യാമ്പ് തുടങ്ങി പ്രമുഖർ പങ്കെടുക്കുന്നു. എന്ന വാർത്തയാണ് നൽകേണ്ടത്. ആദ്യ ദിവസവും സമാപന ദിവസവും ഒരു പ്രസ്റിലീസ് തയ്യാറാക്കി നൽകേണ്ടതും പി ആർ ഒയുടെ ചുമതലയാണ്. പ്രസ് ഡയറക്ടറി തുറന്ന് ഓരോ പത്രസ്ഥാപ നങ്ങളിലേക്കും വിളിച്ച്  ഇന്നത്തെ പരിപാടിയിലേക്ക് ക്യാമ്പിന്റെ വാർത്ത അതുൽ നൽകി. പ്രസ് റിലീസ് തയ്യാറാക്കാനായി ഒരുങ്ങി.

ഗൂഗിളിൽ പോൾ ഡ്രിസൺ എന്ന കീവേർഡ് എന്റർ ചെയ്തപ്പോൾത്തന്നെ നൂറുകണക്കിന് സൈറ്റുകളിലേക്കും ലിങ്കുകളിലേക്കുമാണതു തുറന്നത്. യു എസിലെ ഏറ്റവും തിരക്കുള്ള ആത്മീയപ്രഭാഷകനാണ് ഡ്രിസൺ. നാലു ചാനലുകളിൽ പ്രോഗ്രാമുകൾ. യൂ ട്യൂബ് ചാനൽ റോക്ക് സംഗീതവും ഹീലിംഗ് ടെക്നിക്കുകളും ജനക്കൂട്ടത്തെ ഇളക്കിമറിക്കാനുള്ള ചെപ്പടിവിദ്യകളും കോർത്തിണക്കിയ പോൾ ഡ്രിസന്റെ വചനപ്രഭാഷണം കേരളത്തിലെ സഭയുടെ ടി വി ചാനലിലും ഡബ്ബ് ചെയ്തുവരുന്നുണ്ട്. അത്യന്താധുനിക യേശുക്രിസ്തുവിനെ ആരാധിക്കുന്ന പോൾ ഡ്രിസന്റെ സഭയ്ക്ക് ലോകത്തിൽ എല്ലായിടത്തും ബ്രാഞ്ചുകളുണ്ട്. മാനേജർ പറഞ്ഞതുപോലെ പ്രസ്റിലീസ് തയ്യാറാക്കിയതിനുശേഷം

പ്രാദേശിക പത്രഓഫീസുകളിൽ അതെത്തിക്കാനായി മാതൃവിനെ ഏല്പിച്ചു.

മെസ്സിന്റെ നടപ്പാതയിൽനിന്നും അതുൽ നടന്നുമുന്നേറിയതും താഴ്‌വാരത്തുനിന്നും പ്രധാന അതിഥിയെയും വഹിച്ചുകൊണ്ടുള്ള ബ്ലാക്ക് ഇന്നോവ അതിഥിമന്ദിരത്തിനുമുന്നിലേക്ക് ഒഴുകിയെത്തി. ഓഫീസിലെത്തിയപ്പോൾ സ്വരൂപ, കുട്ടികളുടെ അഡ്രസ്സും വീട്ടിലേക്ക് ബന്ധപ്പെടേണ്ട ഫോൺ നമ്പറുകളും ഒരു വേർഡ് ഫയലിൽ ടൈപ്പ് ചെയ്തുകൊണ്ടിരിക്കുന്നു. ഇളം മഞ്ഞനിറത്തിൽ വെള്ളപ്പൂക്കളുള്ള ചുരിദാർ അവൾക്കു നന്നായിചേരുന്നു. ഉദ്ഘാടനസമ്മേളനം പറഞ്ഞിരിക്കുന്ന സമയത്തുതന്നെ തുടങ്ങി. വിശ്വാസത്തെ രക്ഷിക്കാൻ വിദ്യാർത്ഥികളും യുവാക്കളും മുന്നോട്ടുവരണം. പോൾ ഡ്രിസന്റെ പ്രസംഗം അവസാനിച്ചു.

പ്രകാശസംവിധാനങ്ങൾകൊണ്ട് അലങ്കരിച്ച വേദിയിൽ അയാൾ ഒരു കൺകെട്ടുവിദ്യക്കാരനെപ്പോലെ നിൽക്കുകയാണ്. ന്യൂറോ ലിംഗ്വസ്റ്റിക്ക് പ്രോഗ്രാം എന്ന് പേരിട്ടിരിക്കുന്ന വിവിധതരം പേടികൾ മാറ്റുന്ന ഒരു ടെക്നിക്കാണ് പിന്നീട് കാണിച്ചത്. ഏറ്റവും ലജ്ജാലുവായ കുട്ടിയെ സ്റ്റേജിലേക്കു വിളിച്ച് മൈക്കിലൂടെ സംസാരിക്കുക. അങ്ങനെ പലതരം ടെക്നിക്കുകൾ. ശ്വസനഅഭ്യാസമായിരുന്നു അതിലൊന്ന്. അതിനായി കുട്ടികളെ പ്രഭാതത്തിൽ പുൽത്തകിടിയിൽ നിരനിരയായി ഇരുത്തി. ഒരു ഇന്ത്യൻ ഗുരുവിന്റെ പ്രാണായാമ ടെക്നിക്കുകൾ യു എസ് സമൂഹത്തിലെന്നപോലെ പോൾ ഡ്രിസൺ പ്രയോഗിച്ചു.

ക്യാമ്പിന്റെ എല്ലാ ദിവസവും വൈകുന്നേരം ടാലന്റ് നൈറ്റ് സെഷനുണ്ട്. 'ടാലന്റ് സേർച്ച്' എന്നു പേരെഴുതി, വലിച്ചുകെട്ടിയ ബാനറിനു ചുവട്ടിൽ അവതരിപ്പിക്കപ്പെട്ട കലാപരിപാടികളിൽ ഏറെയും സമൂഹഗാനങ്ങളായിരുന്നു. ബൈബിളിലെ കഥാസന്ദർഭങ്ങളെ അവതരിപ്പിക്കുന്ന ഒന്നു രണ്ട് മിറക്കിൾ പ്ലേകളും അവതരിപ്പിക്കപ്പെട്ടു. എല്ലാത്തിനും ഒരേ രീതിയിലാണ് കുട്ടികളുടെ സദസ്സ് പ്രതികരിച്ചത്. കൂക്കിവിളികളോ സ്വതന്ത്രമായ ആഹ്ലാദപ്രകടനങ്ങളോ ഉണ്ടായിരുന്നില്ല. അപകടകരമാംവിധം പ്രോഗ്രാം ചെയ്യപ്പെട്ട കുട്ടികളുടെ ഒരു സദസ്സാണിത്.

ട്രാവൽ ട്രിപ്പിനുള്ള ബസുകൾ ഹോൺ മുഴക്കിയപ്പോൾ കുട്ടികൾ ഓരോരുത്തരായി വരിവരിയായി നടന്ന് ബസിൽ കയറി. ബസിൽ വെച്ച് അവർ പാട്ടുപാടുകയോ നൃത്തംവയ്ക്കുകയോ ചെയ്തില്ല. പകരം പോൾ ഡ്രിസന്റെ ആത്മീയ പ്രഭാഷണങ്ങൾ അടങ്ങിയ ഓഡിയോ കാസറ്റുകൾ ബസിൽ മുഴങ്ങി. പമ്പയുടെ തീരത്ത് ബസ് നിന്നപ്പോൾ

ഓരോരുത്തരും വരിവരിയായി ഇറങ്ങി. പുഴയിലിറങ്ങി നീന്തിത്തുടിക്കാനോ മണൽപ്പുറത്ത് ഓടിനടക്കാനോ ആരും മിനക്കെട്ടില്ല. ബക്കറ്റും സോപ്പുമായി നദിയിൽനിന്നും വെള്ളംകോരി തീരത്തുവെച്ച് ചിലർ കുളിച്ചു. നദിയുടെ അക്കരെത്തീരത്ത് തിമിർത്ത് പുഴയിലേക്ക് ചാടുന്ന കുട്ടികളുടെ സംഘത്തെ നോക്കിക്കൊണ്ട് അതുൽ ഒരു സിഗററ്റ് വലിച്ചു. ക്യാമ്പിന്റെ 7 ദിവസങ്ങളും പ്രത്യേകിച്ച് യാതൊരു സവിശേഷതകളും ഇല്ലാതെ അവസാനിച്ചു. മെഴുകുതിരികൾ കത്തിച്ചുപിടിച്ച് ഇനി മുന്നോട്ടുള്ള ജീവിതത്തിൽ ക്രിസ്തുവിനെ ആശ്രയിച്ചു മാത്രം ജീവിക്കുമെന്ന് പ്രതിജ്ഞ ചെയ്ത് കുട്ടികളുടെ സംഘം ചരൽക്കുന്നിറങ്ങി.

# പന്ത്രണ്ട്

**വാ**ർഷിക പരീക്ഷകൾ കഴിഞ്ഞ് വേനലവധിക്കായി സ്കൂളുകളും കോളേജുകളും പൂട്ടുന്ന മാർച്ച്, ഏപ്രിൽ, മെയ് മാസങ്ങൾ ക്യാമ്പ് സെന്ററിനെ സംബന്ധിച്ചിടത്തോളം തിരക്കിന്റെ മാസങ്ങളാണ്. സാധാരണ വൺ വീക്ക് ക്യാമ്പിനാണ് ഈ മാസങ്ങളിൽ പ്രാധാന്യമുള്ളത്. മൂന്നു ദിവസത്തെയും രണ്ടുദിവസത്തെയും മിനിക്യാമ്പുകൾ ഈ മാസങ്ങളിൽ കുറവായിരിക്കും. എന്നാൽ സെമിനാറുകൾ അതേമട്ടുപ്പിക്കുന്ന സംഭാഷണങ്ങളോടെ പ്രഭാഷണങ്ങളുടെ ഇടയിലൂടെ ഫാനിന്റെ കട കട ശബ്ദത്തോടെ തുടർന്നുകൊണ്ടേയിരിക്കും.

മാർബിൾ പതിച്ച ഫ്ളോറിലൂടെ മഞ്ഞിന്റെ നനുത്ത വിരൽസ്പർശം പുതപ്പിനിടയിലൂടെ എത്തി. 'ഗുഡ്മോണിംഗ്' വിഷ് ചെയ്തപ്പോൾ അതുൽ ഉറക്കത്തിൽനിന്നും എഴുന്നേറ്റു. മഞ്ഞിലൂടെ തുളച്ചുവരുന്ന പ്രഭാതസൂര്യന്റെ ആദ്യകിരണങ്ങൾ കണ്ണിലേക്ക് അടിച്ചുകയറി. മാവിൻ ചില്ലകളിൽ കിളികളുടെ ഒരു സംഗീതസംഘം ഉണർന്നു തുടങ്ങിയിട്ടുണ്ട്. കുയിലിന്റെ, പേരറിയാത്ത അനേകം കിളികളുടെ കോറസ്. മാവിൻചില്ലകളുടെ അറ്റത്ത് വെയിൽ തിളങ്ങിക്കിടക്കുന്നതുകണ്ട് ഒരു തരം സുഖാലസ്യത്തോടെ അതുൽ ബ്രഷ് ചെയ്തു... വിദൂരതയിൽനിന്നും ഒരു പൂവൻ കോഴിയുടെ കൂവൽ കേട്ടു.

പുൽത്തകിടി നനയ്ക്കുന്ന ജോലിക്കാർ ചെടികൾക്ക് വെള്ളം നനച്ചുകൊണ്ട് നിൽക്കുന്നു. ക്യാമ്പ് സെന്ററിന്റെ മറ്റ് ഭാഗങ്ങളെ അപേക്ഷിച്ച് മൺകുടം ഏന്തിയ കന്യകയുടെയും പാമ്പാട്ടിയുടെയും ശില്പങ്ങളാണ് മെസ്സിന്റെ മുമ്പിലുള്ളത്. അതുൽ മെസ്സിലെത്തുമ്പോൾ ഒരു സംഘം

ഖദർധാരികൾ ചൂരൽക്കസസേരകളിൽ സ്ഥാനം പിടിച്ചിരുന്നു. കട്ടൻ കാപ്പിക്കൊപ്പം പത്രങ്ങൾ വായിച്ച് അവർ ഓരോരോ കമന്റുകൾ പറഞ്ഞുകൊണ്ടിരുന്നു. മെസ്സിലെ കാഷ്യർ മാത്യു അതുലിനെ പരിചയപ്പെട്ടു.

"ഞാൻ മാത്യു. ഇന്നലെ കണ്ടപ്പം പരിചയപ്പെടണമെന്നു കരുതിയതാ... പക്ഷേ, നടന്നില്ല. പാലായിലാണ് സ്വദേശം. അഞ്ചുവർഷമായി ഇവിടെ തന്നെയാണ്."

അതുൽ വീടും സ്ഥലപ്പേരും പറഞ്ഞു. അതുലിന്റെ വീടിനടുത്തുള്ള പരിചയക്കാരെ അറിയാമോയെന്നായി കാഷ്യർ. അതുൽ ഒരു അപകടത്തിലായി. നാട് അത്രമേൽ അപരിചിതത്വം അവനു നൽകിയിരുന്നു. മുക്കിയും മൂളിയും ഒരു വിധത്തിൽ ആ കഥാസന്ദർഭത്തിൽനിന്നും അവനൊഴിവായി. പാലായിലും കോഴഞ്ചേരിയിലും തിരുവല്ലയിലുമൊക്കെ നന്നായി വേരോട്ടമുള്ള ഒരു കോൺഗ്രസ് പാർട്ടിയുടെ നേതൃത്വക്യാമ്പാണ് കഴിഞ്ഞ 6 ദിവസമായി ക്യാമ്പ് സെന്ററിൽ നടന്നു വന്നിരുന്നത്. റബ്ബർ കർഷകരുടെ പ്രശ്നങ്ങൾ ചർച്ചചെയ്തതിനുശേഷം സംസ്ഥാനതലത്തിൽ സംസ്ഥാനയാത്ര പ്രഖ്യാപിച്ചുകൊണ്ട് ക്യാമ്പ് ഇന്ന് സമാപിക്കുന്നു. കാഷ്യർ മാത്യുവിന്റെ ശബ്ദത്തിൽ ഞാനും ആ പാർട്ടിക്കാരനാണേ എന്ന ഭാവം അതുൽ ശ്രദ്ധിക്കാതിരുന്നില്ല. മൂന്ന് സ്ത്രീ പ്രതിനിധികളൊഴിച്ചാൽ ക്യാമ്പ് പൂർണ്ണമായും പുരുഷന്മാരുടെ നേതൃത്വത്തിലാണ്.

കാഷ്യർ ചീഫ് കുക്കിനെയും മറ്റ് സ്റ്റാഫുകളെയും അതുലിന് പരിചയപ്പെടുത്തി. ചീഫ് കുക്ക് തിയോസിഫോസ് തിരുമേനിയുടെ കുശിനിക്കാരനായിരുന്നു. ഫിഷ് മോളിയും സ്വീസ് കോഫിയുമാണ് മാസ്റ്റർപീസ്.

ബ്രേക്ക് ഫാസ്റ്റ് കഴിഞ്ഞ് അതുൽ ഓഫീസിലേക്ക് നടന്നു. നടവഴിയിൽ ഒരു മാരുതി കാർ പ്രത്യക്ഷപ്പെട്ടു. അതുൽ കാറിന് കടന്നുപോകാൻ വഴിയൊരുക്കി, ഇൻകാർണേഷനിലൂടെയുള്ള രീതി പോലെ വിനയം നടിച്ച് ചിരിച്ചുകൊണ്ടുനിന്നു. ഹൈ ബ്രൗണിംഗ് എഴുതിയ *ഹൗ ട്ട മൈസൽ* എന്ന കോളമാണ് അതുലിന് ഓർമ്മ വന്നത്.

പല്ല് കാട്ടിയും കാണിക്കാതെയും ചിരിക്കാം. അമേരിക്കക്കാരുടെ വിജയത്തിന്റെ രഹസ്യം അവരുടെ നല്ല പല്ലാണ്. ബ്രിട്ടീഷുകാർ നൂറ്റാണ്ടുകളായി പല്ല് കാട്ടി ചിരിക്കാറേയില്ല. വാ തുറന്ന് ഒരു ഡ്രെയിനേജ് കാണിക്കാൻ ആരും മുതിരില്ലല്ലോ! നേതാക്കന്മാരെ സംബന്ധിച്ചിടത്തോളം ജനങ്ങൾ ചിരിക്കുന്നവരെ ഇഷ്ടപ്പെടുന്നു. ചിരികളിൽ പകുതിയും മറ്റുള്ളവരെ കളിയാക്കിക്കൊണ്ടുള്ളതാണ്. പക്ഷേ, കണ്ണുകളെ കോർഡിനേറ്റ് ചെയ്യാൻ കഴിയാത്തതിനാൽ ഫ്ളാറ്റ് ചിരികളാണത്. മുകളിലേക്ക് പൊങ്ങിയ പുരികങ്ങൾ ആത്മാർത്ഥമായ ചിരിയുടെ

ലക്ഷണങ്ങളാണ്. കൂർമ്മ ബുദ്ധിയുള്ളവർ ചിരിക്കാറില്ല. പക്ഷേ, കൂർമ്മ ബുദ്ധിയെക്കാളും ഒരു നല്ല ചിരി കൊണ്ട് ധാരാളം കാര്യങ്ങൾ നേടാം.

ചിരിക്കാതെ ഗൗരവത്തിൽ കടന്നുപോയ മാനേജർ കൂർമ്മബുദ്ധി യുള്ളയാൾ ആയിരിക്കുമോ?

അതുൽ ഇരിക്കേണ്ട ടേബിൾ, ഉപയോഗിക്കാനുള്ള കമ്പ്യൂട്ടർ, മസ്റ്റർ റോളിൽ ഒപ്പിടേണ്ടതിന്റെ ആവശ്യകത, ക്യാമ്പ് സെന്ററിലെ മാനേജേഴ്സ് മാനുവൽ എന്നറിയപ്പെടുന്ന മാനേജർമാർ വർഷങ്ങളാ യി പാലിക്കുന്ന കാനൺ നിയമങ്ങൾ. ഡൂസ് ആൻഡ് ഡോൺട്സ്, മറ്റു സ്റ്റാഫുകളുടെ പേരുകൾ തുടങ്ങിയ സംഗതികൾ ഒരു ഔദ്യോഗിക കൃത്യനിർവഹണത്തിന്റെ രീതിയോടെ മാനേജർ അതുലിനോട് വിശദീ കരിച്ചു.

ഫ്ളാട്രോണിന്റെ എൽ സി ഡി മോണിറ്റർ കമ്പ്യൂട്ടറിൽ സ്ക്രീൻ സേവറായി ഇട്ടിരിക്കുന്നത് നക്ഷത്ര രാത്രിയിൽ സീനായ് മലയിൽ യേ ശുക്രിസ്തു പ്രാർത്ഥിക്കുന്നതിന്റെ ദൃശ്യമാണ്. ക്രിസ്തുവിന്റെ ഇടതുകണ്ണിൽ നിന്നും ഇന്റർനെറ്റ് എക്സ്പ്ളോറർ എടുത്ത് അതുൽ ഇ- മെയിലുകൾ പരിശോധിക്കാൻ തുടങ്ങി. ഫേസ്ബുക്കിലൂടെയും ഇൻസ്റ്റാഗ്രാമിലൂടെയും കയറിയിറങ്ങി. ഇൻകാർണേഷനിലെ ടീം മേറ്റ്സ് അയച്ച പാർട്ടിയുടെ അത്ര സുഖകരമല്ലാത്ത ദൃശ്യങ്ങൾ ഓപ്പൺ ചെയ്യാൻ തുനിഞ്ഞില്ല. കുറച്ചു നേരം മെസഞ്ചർ തുറന്ന് സന്ദേശങ്ങൾക്ക് മറുപടി നൽകി.

"പേഴ്സണലായ ബ്രൗസിംഗ് ഇവിടെ അത്ര പ്രോത്സാഹിപ്പിക്കു ന്നില്ല."

മാനേജർ പറഞ്ഞു. അതുൽ സൈൻ ഔട്ട് ചെയ്ത് പുറത്തിറങ്ങിയ പ്പോൾ ക്യാബിൻ തുറന്ന് സ്വരൂപ പ്രത്യക്ഷപ്പെട്ടു. മസ്റ്റർ റോളിൽ ഒപ്പിട്ട തിനുശേഷം മാനേജർ തലയുയർത്താതെ പറഞ്ഞു.

"ഇതാണ് സ്വരൂപ... ഇവിടുത്തെ റിസപ്ഷനിസ്റ്റാണ്."

സ്വരൂപ അതുലിനെ നോക്കി. ആത്മാർത്ഥമായി ചിരിച്ചു. അതുൽ ഹായ് എന്നു പറഞ്ഞതിനുശേഷം സീറ്റിലേക്ക് അമർന്നിരുന്നു.

ക്യാമ്പ് സെന്ററിലേക്ക് റിസർവേഷനായി വരുന്ന ഇ-മെയിലുകൾ ക്ക്, ക്വറികൾക്ക് മറുപടി നൽകുകയും അതിന്റെ പ്രിന്റ് ഔട്ട് എടുക്കുകയും ചെയ്യുക എന്ന ജോലിയാണ് അതുലിന് ആദ്യമായി ലഭിച്ച അസൈൻമെ ന്റ്. ബാംഗ്ലൂരിൽനിന്നും ഒരു ഐ ടി കമ്പനിയുടെ റിഫ്രഷ്മെന്റ് ക്യാമ്പ്, സഭയുടെ കോളേജിലെ അമേരിക്കൻ അലുമിനി ചാപ്റ്ററിന്റെ ആനുവൽ ഗെറ്റുഗദർ, സഭയുടെ ആനുവൽ ക്ളെർജി കോൺഫറൻസ് തുടങ്ങി പതിനഞ്ചോളം ക്വറികളുടെ പ്രിന്റൗട്ട് എടുത്തതിനുശേഷം അതുൽ മാ നേജരുടെ നിർദ്ദേശപ്രകാരം സാധ്യമായ ദിവസങ്ങൾ കുറിച്ചുകൊണ്ടുള്ള ഇ-മെയിലുകൾ തിരിച്ചയയ്ക്കുകയും ചെയ്തുകൊണ്ടിരുന്നു. മദർ നേച്ചറിന്റെ

മിനി സെമിനാർ ഹാളിൽനിന്നും ഉച്ചത്തിലുള്ള മുദ്രാവാക്യം വിളികൾ മുഴങ്ങി. ത്രുവെള്ള ഫോർഡ് ഐക്കണിൽ ക്യാമ്പിന്റെ സമാപന സമ്മേളനം ഉദ്ഘാടനം ചെയ്യാൻ സംസ്ഥാന നേതാവ് എത്തിയതാണ്. സഭയുമായി നന്നായി ബന്ധ മുള്ള രാഷ്ട്രീയപ്പാർട്ടിയുടെ നേതാവിനെ കാണാൻ മാനേജർ തിരക്കിട്ടിറങ്ങി.

പുൽത്തകിടിയിലും മരങ്ങളിലും വെയിൽ മൂർച്ഛിക്കുന്നതും നോക്കി, ഒരു സിഗരറ്റ് വലിക്കാനായി അതുൽ ഓഫീസിന്റെ പിന്നിലുള്ള ഒഴിഞ്ഞ സ്ഥലത്തേക്ക് നടന്നു. പ്ലാവിൻ ചുവട്ടിലേക്ക് നീങ്ങി തടഞ്ഞുനിന്ന ജലത്തെ പുറത്തേയ്ക്കൊഴിച്ചു. ഫ്ളാഷ് പ്രവർത്തിപ്പിക്കാതെ പ്രകൃതിയിലേക്ക് പിസ്സ് ചെയ്യുന്നതിന് എന്തൊരു നിർവൃതിയാണ്.

# പതിമ്മൂന്ന്

**താ**ഴ്‌വാരത്തുനിന്ന് രാവിലെതന്നെ ഉണർന്ന് സജീവമാകുന്ന ക്വാറികളുടെ കടകട ശബ്ദമാണ് ചരൽക്കുന്നിന്റെ ശാന്തതയെ അലോസരപ്പെടുത്തുന്ന ഏക ശബ്ദം. ഇടയ്ക്ക് പെട്ടെന്ന് ക്വാറിയിലെ ചല്ലി കടയുന്ന ഇലക്ട്രിക് യന്ത്രങ്ങൾ ഓഫ് ചെയ്യുമ്പോൾ നിശ്ശബ്ദത രൂപപ്പെടും. ഒരു മുരളലോടെ അത് വീണ്ടും ഓൺ ചെയ്യുമ്പോൾ നിത്യമായ ഒരു കട കട ശബ്ദത്തിലേക്ക് കാതുകളെ ഒച്ചകൾ വലിച്ചിഴയ്ക്കും.

റിസപ്ഷനിസ്റ്റുകൾക്ക് സാധാരണ എല്ലാ ഓഫീസുകളിലും ഒരേ മുഖഭാവവും ഒരേ ചലനവുമായിരിക്കുമെന്ന് അതുൽ ഓർത്തു. സ്വന്തം സൗന്ദര്യത്തിൽ മതിമറക്കുന്ന നാർസിസ്റ്റുകളാണ് ഭൂരിപക്ഷം റിസപ്ഷനിസ്റ്റുകളും. ബാർബിഡോളിനെപ്പോലെ സി ഇ ഒയുടെ കാബിനും ഫ്രണ്ട് ഓഫീസിനുമിടയിൽ ഒഴുകിനടക്കുന്ന ഇൻകാർണേഷനിലെ റിസപ്ഷനിസ്റ്റ് ഒരു ഗോവാക്കാരിയായിരുന്നു. ഷാംപൂ ചെയ്ത് മിനുക്കിയ മുടി, ലിപ്സ്റ്റിക്കിന്റെയും മസ്ക്കാരയുടെയും അടയാളങ്ങൾ, സ്ലീവേജിനെ ചുറ്റിപ്പിണഞ്ഞുപോകുന്ന ലൈറ്റ് വെയ്റ്റ് ആഭരണത്തിന്റെ തിളക്കം, സി ഇ ഒയുടെ പവർ സെന്റർ ഇതൊക്കെയായിരുന്നു ഇൻകാർണേഷനിലെ മരിയ ഫെർണാണ്ടസ്. എന്നാൽ സ്വരൂപ അങ്ങനെയൊന്നുമല്ല. സ്വരൂപയോടൊപ്പം താഴ്‌വാരത്തേക്കുള്ള സായാഹ്നനടത്തത്തിനിടയിലാണ് ക്യാമ്പ്സെന്ററിനെ ചുറ്റിപ്പറ്റിയുള്ള പുരാതന കഥകൾ പലതും അതുൽ മനസ്സിലാക്കിയത്.

സന്ന്യാസിമാർ നഗ്നരായി ധ്യാനിക്കുന്ന ധ്യാനഗുഹകൾ മൊണാസ്ട്രിക്ക് ചുറ്റുമുണ്ടായിരുന്നത്രേ. ഒരു കാലത്ത് മൊണാസ്ട്രിയിൽ പശ്ച

ഫാമും ക്ഷീരവികസന പരിപാടികളുമുണ്ടായിരുന്നു. സ്വിസ് ബ്രൗൺ പശുക്കൾ അന്ന് ചരൽക്കുന്ന് നിറഞ്ഞുനിന്നു. താഴ്‌വാരത്തെ വീടുകളിലേക്ക് ചരൽക്കുന്നിൽനിന്നും ശുദ്ധമായ പശുവിൻ പാൽ ഒഴുകിയെത്തി, തീൻമേശപ്പുറങ്ങളിലും കുട്ടികളുടെ ചുണ്ടുകളിലും പാലിന്റെ പാടകൾ അടയാളങ്ങൾ സൃഷ്ടിച്ചു. സഭ നഗ്നഗുഹകളും പശുവളർത്തൽ കേന്ദ്രവും നിർത്തലാക്കാൻ ഉത്തരവിട്ടു. അന്നത്തെ മാനേജരും തിയോസിഫോസ് തിരുമേനിയും ഉൾപ്പെട്ട അഴിമതിയുടെ കഥകൾ പുറത്തുവന്നു. അന്ന് ചരൽക്കുന്നി ലെത്തി നാട്ടുകാർ ചുളുവിലയ്ക്ക് വാങ്ങിയ സ്വിസ് ബ്രൗണുകളിൽ ഒരെണ്ണം സ്വരൂപയുടെ മുത്തച്ഛൻ അവളുടെ വീടിന്റെ തൊഴുത്തിലുമെത്തിച്ചു. ഇപ്പോഴും നിഡോ പാൽപ്പൊടിയുടെ ടിന്നിനു പുറത്തെ അഴകിയായ സ്വിസ് ബ്രൗണിനെ കാണുമ്പോൾ സ്വരൂപയുടെ മുത്തച്ഛൻ മൊണാസ്ട്രിയിലെ പശുവിനെക്കുറിച്ചോർക്കും.

ക്യാമ്പ് ബിയോൺഡ് ബിലീഫ് കഴിഞ്ഞ് രണ്ടുമൂന്ന് ആഴ്ചയിലായി ക്യാമ്പ്സെന്ററിൽ മറ്റ് ക്യാമ്പുകളൊന്നുമില്ലായിരുന്നു. ചരൽക്കുന്ന് റോട്ടറിക്ലബിന്റെ വക ഒരു സൗജന്യ മെഡിക്കൽ ക്യാമ്പായിരുന്നു ആകെ ഉണ്ടായിരുന്നത്. ചേംബർ ഓഫ് കൊമേഴ്സിന്റെ ഒരു ഗെറ്റുഗദർ, സഭയുടെ തന്നെ മഹിളാസംഘത്തിന്റെ വൺഡേ പരിശീലനക്കളരി, പുരോഹിതന്മാരുടെ ഒരു ആനുവൽ ക്ലെർജി കോൺഫറൻസ് എന്നിവയൊക്കെയാണ് പിന്നെ നടന്നത്.

പ്രഭാതത്തിലെത്തുന്ന ആദ്യവെളിച്ചത്തിന്റെ വെള്ളിരേഖകൾ പുൽത്തകിടിയിൽ വീഴുന്നതും നോക്കിനടക്കാൻ അതുലിന് ഇഷ്ടമാണ്. മാവിൻചില്ലകളെയും ഞാവൽമരങ്ങളെയും ഉലയ്ക്കുന്ന ഹൃദ്യമായ തണുത്ത കാറ്റിൽ നടക്കുമ്പോൾ പക്ഷികളുടെ സംഗീതം തുടങ്ങും. ആദ്യം കുയിലിന്റെ സോളോയായിരിക്കും. തുടർന്ന് ഓരോരുത്തരായി അനേകം പക്ഷികണ്ഠങ്ങളിൽനിന്ന് ഉതിർന്നു വീഴുന്ന സംഗീതധാര ക്യാമ്പ്സെന്ററിന് ഒരു പക്ഷിവളർത്തൽ കേന്ദ്രത്തിന്റെ ഛായ നൽകും. തലയിളക്കി, വാലിളക്കി, കണ്ണുരുട്ടിനിൽക്കുന്ന രണ്ടു മൈനകളെ അതുൽ നോക്കിനിൽക്കുമ്പോഴാണ് വിദൂര ദൃശ്യത്തിൽ ഡേവിഡിന്റെ ഉടൽ പ്രത്യക്ഷപ്പെട്ടത്. മാവിൻതടികളെ കുത്തിത്തുളയ്ക്കാൻ പണിയാരംഭിച്ച മരംകൊത്തികളും കരിയിലക്കിളികളും ചിലച്ച് അന്തരീക്ഷം ഭംഗിയാക്കുന്നുണ്ട്. ഡേവിഡ് അടുത്തുവന്ന് സിഗരറ്റ് ചോദിച്ചു. അയാളെ നാറുന്നുണ്ട്. മീശകൾക്കിടയിലൂടെ ഒരു ചിരകാല സൗഹൃദത്തിന്റെ ചിരി അയാൾ അതുലിന് നൽകി. ഫാദർ ഓംശ്ലുന്യയുടെ ശിഷ്യൻ.

"കുഞ്ഞേ... ഇപ്പോഴെവിടുന്ന് കിളികളിരിക്കുന്നു പണ്ടല്ലായിരുന്നോ... ഇവറ്റകളുടെ ശബ്ദംകൊണ്ട് ചെവി കേൾക്കാൻ പറ്റില്ലായിരുന്നു."

പഴങ്കഥകളിലേക്ക് സ്വരൂപയുടെ മുത്തച്ഛനെപ്പോലെ ഡേവിഡും

ഒരു വഴികാട്ടിയാവും. കഥ കേൾക്കാനുള്ള നഷ്ടം ഒരു വിൽസും നൂറു രൂപയും മാത്രം. അതുലിനെ നോക്കി ചിരിച്ചുകൊണ്ടുനിന്ന്, കിളികളുടെ ശബ്ദം ശ്രവിച്ചുകൊണ്ട് അയാൾ സിഗരറ്റുവലി പൂർത്തിയാക്കി. തുടർന്ന് വളരെ വേഗം മൊണാസ്റ്റിയുടെ ഭാഗത്തേക്ക് നടന്നുപോകുകയും ചെയ്തു. ക്യാമ്പ്സെന്ററിന്റെ ഭാഗമായുള്ള കൺവെൻഷൻ സെന്ററിൽ നടക്കുന്ന വിവാഹങ്ങൾക്കുശേഷം വീഡിയോഗ്രാഫർമാർ നവദമ്പതികളോടൊപ്പം പുൽത്തകിടിയിലേക്കെത്തും. എല്ലാ കല്യാണ വീഡിയോഗ്രാഫർമാരുടെയും ലൊക്കേഷനുകൾ ഒന്നാണുതാനും. കൽബെഞ്ചിൽ നവവധുവിന്റെ മടിയിൽ തലചായ്ച്ചുകിടക്കുന്ന നവവരൻ, തോളോടുതോൾ ചേർന്ന് താഴ്‌വാരത്തേക്ക് നോക്കിനിൽക്കുന്ന ഷോട്ട്. രണ്ടുപേരും കൈകോർത്തുപിടിച്ച് പുൽത്തകിടിയിലൂടെ നടക്കുന്നതിന്റെ ദൃശ്യങ്ങൾ, ജലധാരയ്ക്കുസമീപം നിൽക്കുന്ന വിരഹാർത്തയായ നായികയുടെ സമീപത്തേക്ക് ഓടിയെത്തുന്ന നവവരൻ. അത്തരം സംഘങ്ങൾ ക്യാമ്പ്സെന്ററിലെ പതിവ് കാഴ്ചയാണ്. ഓരോ സംഘത്തിൽനിന്നും നല്ലൊരു തുക ഷൂട്ടിംഗിന് ക്യാമ്പ്സെന്റർ ഈടാക്കുന്നുണ്ട്. ഒരു പുതിയ ടീം ഷൂട്ടിംഗ് തുടങ്ങി. അതുൽ വെറുതെ നോക്കിനിന്നു. നവവധു സുന്ദരിയാണ്. അവളുടെ മുഖത്ത് ലജ്ജയും നാണവും കലർന്നുനിന്നു. ഏതോ ഗ്രാമീണ പെൺകുട്ടിയാവണം. അത്ര ധനാഢ്യയല്ല, ജീവിതയാതനയുടെ തിണർത്ത പാടുകൾ ഡവ് ക്രീം ഇട്ട വരന്റെ മുഖത്ത് മായാതെ നിൽക്കുന്നുണ്ട്. ഇന്ന് അവരുടെ പ്രഥമരാത്രിയാവും. നിലാവ് ഒളിഞ്ഞുനോക്കുന്ന രാത്രിയിൽ, അവളുടെ ഗ്രാമീണ വസതിയിൽ അവർ ചുംബിക്കും. അതുൽ സ്വയം നിയന്ത്രിക്കാനാവാത്ത വികാരങ്ങളിലേക്ക് ഉണർന്നു.

ബാംഗ്ലൂരിലെ റേവ് പാർട്ടികളിൽ അതുൽ യുവത്വത്തിന്റെ തുള്ളലാട്ടം കണ്ടിട്ടുണ്ട്. 'ഫ്ളെ വിത്ത് മി' എന്നെഴുതിയ ടീഷർട്ടുകൾക്കകത്തെ യൗവനം, ബ്രിഗേഡ് റോഡിലെ കാഴ്ചകൾ അതുലിനെ ആദ്യമൊക്കെ അത്ഭുതപ്പെടുത്തിയിരുന്നു. ബാംഗ്ലൂരിൽ ചെന്നതിന്റെ ആദ്യ ആഴ്ചയിൽത്തന്നെ കൂട്ടുകാർ അതുലിനെ ബ്രിഗേഡ് സെന്ററിൽ കൊണ്ടുപോയി. ഇന്ത്യയിലെ ഏറ്റവും ഹോട്ടസ്റ്റ് സിറ്റിയുടെ ഹോട്ട്സ്പോട്ട്. ഫാഷൻലോകത്ത് യൂറോപ്പിൽ പരീക്ഷിക്കുന്നതെന്തും അതതുദിവസം ബ്രിഗേഡ് സെന്ററിലെ കെട്ടുകാഴ്ചയാണ്. ജീൻസ്, ടീഷർട്ട്, യൗവനം പെൺകുട്ടികളെ തൊട്ടുരുമ്മാനായിത്തന്നെ ദിവസവും നൂറുകണക്കിന് യുവാക്കൾ ബ്രിഗേഡ് സെന്ററിലെത്തുമെന്ന് എബിൻ പറഞ്ഞപ്പോൾ അതിലെന്ത് അത്ഭുതം എന്ന ഭാവമായിരുന്നു.

"ഡിയർ മല്ലൂ... നീ ഞരമ്പുപൊട്ടിച്ചാകും" എന്നു പറഞ്ഞ് അതുലിനെ ഉടൽക്കാഴ്ചകളിൽനിന്ന് വഴിതിരിച്ച് മലയാളിയുടെ നിത്യദുഃഖനിവാരിണിയായ മദ്യത്തിലേക്ക് എബിൻ വിളിച്ചുകൊണ്ടുപോയി.

അതുൽ സ്ഥിരമായിരിക്കാറുള്ള കൽബെഞ്ചിൽ മുഖത്തോടു മുഖം നോക്കിയിരിക്കുകയാണ് നവദമ്പതികൾ. കൽബെഞ്ചിലിരുന്നാൽ കോണിഫറസ് മരങ്ങളുടെ ഇടയിലൂടെ അകലെ പമ്പാനദിയിൽ അസ്തമയം കാണാം. ഏറ്റവും പ്രിയപ്പെട്ട കാഴ്ചകളിലൊന്നാണത്. അതുല്യമായ സൗന്ദര്യം തോന്നുന്നത്. ചുവന്നുചുവന്ന് ഒരു പഴുത്ത ഓറഞ്ചിന്റെ നിറമായ സൂര്യൻ അകലെ പടർന്നുപോകുന്നത് നോക്കിയിരുന്ന് സിഗരറ്റുവലിക്കുന്നത് അതുലിന്റെ ഏറ്റവും വലിയ സന്തോഷമായി. ചില വൈകുന്നേരങ്ങളിൽ ആ ബെഞ്ചിൽ വന്നിരുന്നാൽ താഴ്വരയിലെ ഇളം പർപ്പിൾ ചായം തേച്ച വീടിന്റെ ടെറസിൽ രണ്ടു പെൺകുട്ടികൾ ബാഡ്മിന്റൺ കളിക്കുന്നതു കാണാം. ആറു മണിക്ക് ചരൽക്കുന്നിൽ വന്ന് മുരണ്ടുനിൽക്കുന്ന ജീസസ് മലമ്പാതയിലൂടെ കയറിയെത്തുന്നത് കാണാം. തണുത്ത രാത്രികളിൽ ദീപങ്ങൾ തെളിയുന്ന വിദൂരമായ ആ വീടുകളിലെ ജീവിതം ഓർത്ത് അതുൽ അത്ഭുതപ്പെടാറുണ്ട്.

അനുവാദം കൂടാതെ അകത്ത് പ്രവേശിക്കരുത് എന്ന് പച്ചച്ചായത്തിൽ എഴുതിയ മൊണാസ്ട്രിയുടെ വിക്കറ്റ് ഗേറ്റ് തുറന്ന് അതുൽ മൊണാസ്ട്രിയിലേക്കുള്ള പടവുകൾ കയറി. കൽപ്പാതയ്ക്കിരുവശവും ചെടികൾ വളർന്നു നിൽക്കുന്നു. റോസ്, ക്രിസാന്തിമം, ജമന്തി, സീനായ്, കപ്പുസോസറും, കോഴിവാലൻചെടി, പന്ത്രണ്ട് തരം ചെമ്പരത്തിച്ചെടികൾ... ആരോ നന്നായി പരിപാലിക്കുന്ന ഒരു പൂന്തോട്ടം പോലെ.

സന്ന്യാസികളിൽ പലരും മികച്ച ഉദ്യാനപാലകരും കൃഷിക്കാരും വൈദ്യന്മാരുമാണെന്ന കാര്യം സ്വരൂപയുടെ അറിവിൽനിന്നും അതുൽ കേട്ടിരുന്നു. കരിങ്കല്ലുകൊണ്ടു പണിത മൊണാസ്ട്രിയുടെ പച്ചപ്പായലുവീണ ഓടുകൾക്കിടയിലൂടെ വയലറ്റുനിറമുള്ള പടർപ്പൻ ചെടി വളർന്നുകിടക്കുന്നു. സ്വിച്ചിട്ടതുപോലെ പതിനായിരം എയർകണ്ടീഷണറുകൾ പെട്ടെന്ന് ഓണാക്കിയതുപോലെയുള്ള ഒരു തണുപ്പിന്റെ ഹരിതഭ്രമിയിലേക്ക് അതുൽ സ്പർശിച്ചു. നിലത്തു പാകിയ കരിങ്കല്ലിൽ ഷൂസഴിച്ചുമാറ്റിയ പാദങ്ങൾകൊണ്ട് തൊട്ടു. നൂറുമീറ്ററിനപ്പുറം വേനൽ തിളച്ചുമറിയുമ്പോൾ തണുപ്പ് കാലുകളിലേക്ക് അരിച്ചു കയറുന്നു. പ്രവേശന കവാടത്തിലെ ധ്യാനമുറിയിൽ ഭാരതീയ സന്ന്യാസാശ്രമം എന്നെഴുതിയിരിക്കുന്ന ലിപികൾക്ക് പഴമയുടെ കൊത്തുരീതി. കരിങ്കല്ലിൽ കൊത്തിവച്ചിരിക്കുന്ന ഓം ചിഹ്നവും കുരിശും. സന്ദർശകർക്കുള്ള മുറിയിൽ വർഷങ്ങളായി ആരും പ്രവേശിച്ചിട്ടില്ലെങ്കിലും ആരെങ്കിലും വന്നാലോ എന്നുകരുതി ഒരുക്കിവെച്ചിരിക്കുന്ന കൂജയും ഗ്ലാസും കസേരവിരിപ്പുകളും ആരും തൊടാതെ ഒരു അറിയിപ്പുമണിയും സന്ദർശകമുറിയിൽ തൂങ്ങിക്കിടന്നിരുന്നു. പൊതുവായ ധ്യാനമുറിയും സന്ദർശകമുറിയും കടന്ന് നടപ്പാതയിലേക്കിറങ്ങി മുന്നോട്ട് നടന്നു. പ്രവേശിക്കരുത് എന്നെഴുതിയ

ബോർഡിൽ പച്ചപെയിന്റ് അവിടവിടെയായി അടർന്നു വീണിട്ടുണ്ട്. അതുൽ ഒരു നിമിഷം ചിന്തിച്ചു. ഇനി മുന്നോട്ട് അതിക്രമിച്ചുകയറുന്നത് അപകടത്തിലേക്കാവാം നയിക്കുക. ഈ വിക്കറ്റ് ഗേറ്റിൽ നിന്നാൽ പന്ത്രണ്ട് ഹെർമിറ്റേജ് കോട്ടേജുകൾ കാണാം. ഓരോ കോട്ടേജിനും തണൽ വിരിച്ചുകൊണ്ട് ആകാശത്തിന്റെ അതിരുകളിലേക്ക് വളർന്നു കയറിയ പന്ത്രണ്ട് ക്ലറ്റൻ മരങ്ങൾ. മരച്ചില്ലകൾ കാറ്റിൽ ഉലയുന്നുണ്ട്. നട്ടുച്ചയിലും ഭയത്തിന്റെ ഒരു വിറ പിടികൂടി. വൈബ്രേറ്റർ മോഡിലിട്ടിരുന്ന മൊബൈൽ ശബ്ദിച്ചപ്പോൾ ഒരു നിലവിളി പൊട്ടിയതാണ്. മാനേജരുടെ കോൾ എത്രയും വേഗം ഓഫീസിലെത്തണമെന്ന നിർദ്ദേശത്തോടെ മാനേജർ കോൾ കട്ടാക്കി.

# പതിന്നാല്

**മാ**നേജരുടെ ക്യാബിനിലേക്ക് നടക്കുമ്പോൾ ധൃതിയുടെ കാരണമെന്തായിരിക്കുമെന്ന് ആലോചിക്കുകയായിരുന്നു അതുൽ. പുതിയ ബിഷപ്പും മാനേജരും കൂടിയാണ് പ്രൊഫഷണൽ മികവിന്റെയും മാനേജ്മെന്റ് വൈദഗ്ധ്യത്തിന്റെയും കേന്ദ്രമായി മൊണാസ്ട്രിയെ മാറ്റിത്തീർത്തത്. ഒരു കാലത്ത് ക്യാമ്പ്സെന്ററും മൊണാസ്ട്രിയും മഠവും മൂന്ന് അധികാരകേന്ദ്രങ്ങളായിരുന്നു. ആത്മീയതയുടെ വിശുദ്ധി കുളിർകാറ്റ് പോലെ ചരൽക്കുന്നിനെ തലോടിനിന്ന ആ നാളുകളെക്കുറിച്ച് പീലിയും റെയ്ച്ചലും കൂടിയാണ് അതുലിന് പറഞ്ഞുകൊടുത്തത്.

ഉത്തമ ദൈവഭക്തനും സമർത്ഥനുമായ പ്രയോർ പിതാവിന്റെ കാലത്താണ് ചരൽക്കുന്ന് ആത്മീയവിശുദ്ധിയുടെ ലോകത്തേക്ക് ഉയർന്നത്. പക്ഷേ, പിതാവിന്റെ അന്ത്യം ദയനീയമായിരുന്നു. ഭ്രാന്തിന്റെ തടവറയിലായിരുന്നു പിതാവിന്റെ അവസാന നാളുകൾ.

"പർവതത്തിൽ മോശയ്ക്ക് ലഭിച്ച മാതൃകപോലെ" ചരൽക്കുന്നിനെ ആത്മീയപാറയിൽ ഉറപ്പിച്ചു നിർത്താൻ പിതാക്കന്മാർ പല കാലഘട്ടങ്ങളിലും ശ്രമിച്ചിട്ടുണ്ട്. പക്ഷേ, ഏതൊക്കെയോ കച്ചവടശക്തികൾ ഇരുട്ടിലൂടെ വന്ന് ദിവ്യവെളിച്ചത്തെ കവർന്നു. അദൃശ്യനായ ദൈവം മാത്രം ചരൽക്കുന്നിൽ നിലനിന്നു.

ആയുഷ്കാല സേവനത്തിനായി തങ്ങളെ പ്രതിഷ്ഠിച്ചുകൊണ്ട് മൊണാസ്ട്രിയിലും കന്യാസ്ത്രീമഠത്തിലുമെത്തുന്ന സന്ന്യാസിമാരുടെ ജീവിതപാതകളുടെ വിശുദ്ധിയാണ് ഇപ്പോഴും ചരൽക്കുന്നിനെ നിലനിർത്തുന്നതെന്ന് റെയ്ച്ചൽ പറഞ്ഞു.

മൊണാസ്ട്രിയുടെ ഭാഗമായുള്ള ഡിസ്പെൻസറിയിൽ കണക്കുകൾ നോക്കുകയായിരുന്നു അതുൽ. അന്നേരമാണ് പീലിയുമായി റെയ്ച്ചൽ അങ്ങോട്ടുവന്നത്. മൊണാസ്ട്രി തുടങ്ങിയ കാലത്ത് ആർക്കും അങ്ങനെ അസുഖങ്ങളൊന്നും വരില്ലായിരുന്നു. പിന്നീടാണ് ഡിസ്പെൻസറി തുടങ്ങിയത്. പീലിയും റെയ്ച്ചലും കഥകളുടെ കെട്ടഴിച്ചു.

ഒരു കാലത്ത് മരണത്തിന്റെ വലയം മൊണാസ്ട്രിയെ ചൂഴ്ന്നുനിന്നതായി ഡിസ്പെൻസറിയിലെ രേഖകളിൽനിന്നും അതുലിന് മനസ്സിലായി. ഫാമിലെ പശുക്കൾ കൂട്ടത്തോടെ ചത്തൊടുങ്ങിയതും ആ കാലത്ത് തന്നെയായിരുന്നു.

രോഗശയ്യയിൽ കിടന്ന മൊണാസ്ട്രിയിലെ സന്ന്യാസിമാർക്കും ആ വിധി തന്നെയാണ് സംഭവിച്ചത്. ചരൽക്കുന്നിലെ ചെറിയ ആശുപത്രിയിൽ മരണം താണ്ഡവമാടിയ ദിവസങ്ങൾ. വിദഗ്ധരായ ഡോക്ടർമാരുടെ ചികിത്സപോലും ലഭിച്ചില്ല. അന്നത്തെ മാനേജരെക്കുറിച്ച് പറയാൻ പീലി ഭയപ്പെടുന്നതുപോലെ അതുലിന് തോന്നി. ഭക്ഷ്യവിഷബാധയായിരുന്നു രോഗകാരണം.

മൊണാസ്ട്രിയുടെ ആദ്യകാലംമുതൽക്കുതന്നെ അങ്ങേയറ്റം വിശ്വാസ്യതയും പരസ്പരബഹുമാനവും പാരസ്പര്യവും നിലനിന്നിരുന്നു. പ്രാർത്ഥനകളും വിവേകപൂർണ്ണമായ തീരുമാനങ്ങളും ചരൽക്കുന്നിൽ നിറഞ്ഞുനിന്നിരുന്നു. ഇന്നിപ്പോൾ ഏതൊക്കെ രീതിയിൽ ക്യാമ്പ്സെന്ററിനെ സാമ്പത്തികനേട്ടത്തിലേക്ക് നയിക്കാമെന്ന ചിന്തയിലാണ് മാനേജ്മെന്റ്. താനും അതിന്റെ ഭാഗമാണ്. ഒന്നു ചിന്തിച്ചു നോക്കിയാൽത്തന്നെ അപ്പോയിന്റ് ചെയ്തിരിക്കുന്നതുതന്നെ പുതിയ പുതിയ ബിസിനസ് സാധ്യതകൾ കണ്ടെത്തുന്നതിന് വേണ്ടിയാണ്. മാനേജരെ സഹായിക്കുന്ന ജോലിക്കു പകരം മൊണാസ്ട്രിയുടെ ചരിത്രത്തിലേക്കും ദുരൂഹതകളിലേക്കും ചൂഴ്ന്നിറങ്ങേണ്ട ആവശ്യമില്ല.

അതുൽ മാനേജരെ അഭിമുഖീകരിക്കാനായി മനസ്സിനെ പരുവപ്പെടുത്തി.

# പതിനഞ്ച്

ധൃതിയിൽ ഓഫീസിലെത്തിയപ്പോൾ, മാനേജർ ദേഷ്യപ്പെട്ടു നിൽക്കുന്നു. ഭദ്രാസന തിരുമേനി വന്നിട്ടുണ്ട്. അതിഥി മന്ദിരത്തിൽ താമസിക്കുന്നു. അതുലിനെ കാണണമെന്ന് ആവശ്യപ്പെട്ടു. അതിനാണ് അന്വേഷിച്ചത്. അതുൽ അതിഥി മന്ദിരത്തിലേക്ക് നടന്നു. ലഞ്ച് കഴിഞ്ഞ് തിരുമേനി ഉറങ്ങുകയാണ്. പ്രൈവറ്റ് സെക്രട്ടറി പറഞ്ഞു.

"ഇനി നാലുമണിക്കേ ഉണരൂ..."

ഓഫീസിലേക്ക് തിരിച്ചുനടന്നു.

ആരോറൂട്ടിന്റെ ബിസ്കറ്റുകൾ നിറഞ്ഞ ട്രേയുടെ മുമ്പിൽ നാലു മണികഴിഞ്ഞ് പത്തുമിനിട്ടുള്ളപ്പോൾ തിരുമേനിയുമായി മുഖാമുഖമായി ഇരുന്നു. ക്രിസ്ത്യൻ സമൂഹത്തിന്റെ സ്വന്തം ബ്രാൻഡാണ് ആരോറൂട്ട് ബിസ്കറ്റ്. അതുൽ ഓർത്തു. പുരോഹിതന്മാരുടെയും സന്ന്യാസിമാരുടെയും പൊതുരീതിയായ കുശലാന്വേഷണത്തിനു ശേഷം തിരുമേനിയുടെ വക ഒരു ഇന്റർവ്യൂവും അതുലിന് അഭിമുഖീകരിക്കേണ്ടി വന്നു. വെളുത്ത പഞ്ഞിപോലെ വളർന്നു കിടക്കുന്ന താടി തിരുമേനിക്ക് ഒരു പരിശുദ്ധി പകരുന്നുണ്ടെങ്കിലും കാറ്ററാക്ട് ബാധിച്ച കണ്ണുകളിലേക്ക് നോക്കുമ്പോൾ അതുലിന് പേടിതോന്നി. ക്യാമ്പ്സെന്ററിന്റെ കാര്യത്തിൽ കുറച്ചു കൂടി ശ്രദ്ധിക്കണ മെന്നും പുതുമയേറിയ ഒട്ടേറെ വികസനങ്ങൾ ഉടൻതന്നെ ക്യാമ്പ്സെന്ററിൽ നടപ്പിലാക്കാൻ പോകുന്നതിന്റെ സൂചനയും ബിഷപ്പ് നൽകി. കൂടിക്കാഴ്ച അവസാനിപ്പിച്ച് പതിനഞ്ച്

മിനിട്ടു കഴിഞ്ഞ് ബിഷപ്പ് വിടചൊല്ലി. രാത്രിക്കുമുമ്പ് തിരുവല്ലയിൽ ചെന്നെത്താനായി യാത്ര ആരംഭിക്കാനുള്ള ഒരുക്കങ്ങൾ തുടങ്ങി. ബിഷപ്പിന്റെ മേഴ്സിഡസിന്റെ ഡ്രൈവർ അതുലിനെ നോക്കി ചിരിക്കാൻ ശ്രമിച്ചു.

അലോസരപ്പെടുത്തുന്ന ശബ്ദത്തിന്റെ അകമ്പടിയോടെ പകുതിയും വെടിമരുന്ന് നിറച്ച് പൊട്ടിച്ചുതീർത്ത ക്വാറിയുടെ കൂറ്റൻ കരിങ്കൽ ശിഖരങ്ങളുടെ ഇടയിലൂടെ ജ്വലിച്ചുവരുന്ന അസ്തമയസൂര്യനെയും നോക്കി സ്വത്രുപയോടൊപ്പം താഴ്‌വാരത്തേക്കു നടക്കുന്നത് അതുൽ ശീലമാക്കി. വീടിന്റെ പടിവരെ അവളോടൊപ്പം നടന്നതിനുശേഷം ചരൽക്കുന്നിലേക്ക് എത്താവുന്ന മറ്റൊരു വഴിയിലൂടെ അതുൽ തിരിച്ചു നടക്കും. ക്യാമ്പ്സെന്ററിന്റെ ചില ഭാഗങ്ങൾ അഗാധമായ കൊല്ലികളാണ്. നിലംകാണാനാകാത്ത ആഴമുള്ള ഭാഗങ്ങൾ ഭയപ്പെടുത്തുന്നതാണ്. അത്തരമൊരു സ്ഥലത്തു കൂടെയാണ് സായാഹ്നനടത്തം കഴിഞ്ഞ് അതുൽ ക്യാമ്പ്സെന്ററിൽ തിരിച്ചെത്തുന്നത്. കാട്ടുചെടികളും കാശാവുചെടികളും മറ്റനേകം കാട്ടുപൂക്കളും ചെടികളും വളർന്നു നിൽക്കുന്ന ആ വിള്ളലുകൾ ആത്മഹത്യയുടെ വൻ പ്രലോ ഭനങ്ങളാണെന്ന് അതുൽ ചിന്തിച്ചു. ആരെയെങ്കിലും കൊന്നുതള്ളാനും പറ്റിയ സ്ഥലം, വിള്ളലിലേക്കു നോക്കിനിന്നു. അഗാധതയിൽനിന്ന് പറന്നുവന്ന ഒരു പക്ഷി കാതുപൊട്ടിക്കുന്ന രീതിയിൽ ചിലച്ചുകൊണ്ട് പറന്നപ്പോൾ അതുൽ ഞെട്ടി.

ആത്മഹത്യയെപ്പറ്റി ഓർത്തപ്പോൾ അതുലിന് പെട്ടെന്ന് ബാംഗ്ലൂർ കാലമാണ് ഓർമ്മ വന്നത്. ഇൻകാർണേഷനിലെ സുസ്മിയയുടെ ആത്മഹത്യ ഫേമിനെ ഒന്നാകെ ഞെട്ടിച്ചുകളഞ്ഞു. ബംഗാളിയായ ചക്രവർത്തി ഒരു മലയാളി പയ്യനുമായി എക്സ്ട്രാ മാരിറ്റൽ പ്രണയബന്ധം തുടങ്ങി. അവന്റെ മടിയിൽ തലചായ്ച്ചുകൊണ്ട് സുസ്മിയ ഭർത്താവിനോട് സംസാരിച്ചു. ഇൻകാർണേഷനിൽ കോറിഡോറിലൂടെ തുള്ളിച്ചാടി നടക്കുന്ന സുസ്മിയ ഒരുദിവസം ഗർഭിണിയായ വിവരമാണ് ഗോസിപ്പ് വിംഗ് വഴി അതുൽ അറിയുന്നത്. കാമുകനാവട്ടെ ഈ വിവരം അറിഞ്ഞയുടനെ മജസ്റ്റിക്കിൽനിന്ന് കൊല്ലത്തേക്ക് ബസു കയറുകയും ചെയ്തു. ആദ്യമൊക്കെ കാണുമ്പോൾ വളരെ ധൈര്യപൂർവം "അവന്റെ കുഞ്ഞിനെ ഞാൻ വളർത്തും: എന്നിട്ട് അവന്റെ വീട്ടിൽ ചെല്ലും." എന്നൊക്കെ പറഞ്ഞ് ബ്രേക്കിനിടയിൽ കരയാറുള്ള സുസ്മിയ ഒരു സുപ്രഭാതത്തിൽ അവളുടെ മാർത്തഹള്ളിയിലുള്ള ഹോംസ്റ്റേ വീട്ടിൽ ബിയറിൽ വിഷം ചേർത്ത് കഴിച്ച് മരിച്ച് കിടക്കുമ്പോഴും അവളുടെ മുഖത്ത് ഒരുതരം വാശി നിഴലിച്ചു കിടന്നിരുന്നു.

ഇല പൊഴിഞ്ഞ് നഗ്നമായ റബ്ബർ മരങ്ങൾക്കിടയിലൂടെ നടന്ന് അതുൽ ക്യാമ്പ് സെന്ററിൽ എത്തി. ദീപങ്ങളൊക്കെ തെളിഞ്ഞുതുടങ്ങി. ചാപ്പലിൽനിന്ന് സന്ധ്യാപ്രാർത്ഥനയ്ക്കായുള്ള മണി മുഴങ്ങി. അതുൽ ഡോർമെട്രിയിലേക്കു നടന്നു. കുളിച്ച് ഫ്രഷാകണം. ജനലുകൾ തുറന്നു. മാവിൻ ചില്ലകൾക്കിടയിലൂടെ മൊണാസ്ട്രിയുടെ കരിങ്കൽ ഗോപുരം കാണാം. ഇടിമിന്നലിൽനിന്ന് രക്ഷ നേടാനുള്ള മിന്നൽ രക്ഷാചാലകങ്ങൾ ഒരു കുന്തംപോലെ ഉയർന്നുനിൽക്കുന്നു.

'കർമ്മ'യുടെ ആനുവൽ ഫാഷൻ ഷോയ്ക്കും കൾച്ചറൽ വീക്കിനുമായി ക്യാമ്പ്സെന്ററിൽ ഒരുക്കങ്ങൾ തുടങ്ങി. ചെയർമാന്റെ നേതൃത്വത്തിലുള്ള സെൽഫ് ഫിനാൻസിംഗ് മെഡിക്കൽ/എഞ്ചിനീയറിംഗ് കോളേജുകളുടെ ഇന്റർകോളീജിയേറ്റ് കൾച്ചറൽ അസോസിയേഷൻ ആണ് 'കർമ്മ'. സഭയുടെ മിക്കവാറും എല്ലാ സ്ഥാപനങ്ങളുടെയും (ക്യാമ്പ്സെന്റർ ഉൾപ്പെടെ) പരമാധികാരിയായ ചെയർമാൻ ഒരു ടി വി ചാനലിന്റെയും എം ഡി കൂടിയാണ്. ഒരുക്കങ്ങൾ തുടങ്ങി. ഒരാഴ്ചയ്ക്കു മുമ്പ് തന്നെ ചാനലിന്റെ ഒ ബി വാൻ ക്യാമ്പ്സെന്ററിലെത്തി. ചരൽക്കുന്നിന്റെ താഴ്‌വാരത്തെ ബസ്സ്റ്റോപ്പിൽ ഫ്ളക്സുകളുയർന്നു. 'കർമ്മ'യുടെ പോസ്റ്ററുകൾ ക്യാമ്പ് സെന്ററിലേക്കുള്ള പാതയിൽ തോരണം തീർത്തു. പോസ്റ്ററുകളിലെല്ലാം പ്രശസ്ത ഫാഷൻ മോഡൽ ശ്വേത അയ്യർ ബെല്ലി ബട്ടൺ കാട്ടിക്കൊണ്ട് നിൽക്കുന്നു. ശ്വേത കാമം കറുപ്പിച്ച ചുണ്ടുകളാൽ, പോസ്റ്റർ നോക്കുന്ന ഏതൊരാളെയും ചരൽക്കുന്നിലേക്ക് ക്ഷണിച്ചു.

ലണ്ടൻ ഫാഷൻ വീക്കിന്റെ പ്രചോദനത്തിലാണ് കർമ്മ ഫാഷൻ ഷോ വർഷങ്ങളായി സംഘടിപ്പിക്കാറുള്ളത്. പ്രശസ്ത നർത്തകിയും ഫാഷൻ മോഡലുമായ ശ്വേത അയ്യർ ഫെസ്റ്റ് ഉദ്ഘാടനം ചെയ്യുമെന്നറിയിച്ചുകൊണ്ടുള്ള പ്രസ്സ് റിലീസ് തയ്യാറാക്കിയതിനുശേഷം അതുൽ പ്രസ്മീറ്റിന്റെ കാര്യങ്ങൾക്കായി തിരക്കിട്ടു നടന്നു. പത്രക്കാർക്കായി അതിഥി മന്ദിരത്തിൽ വച്ചു നടത്തിയ അത്താഴവിരു ന്നിൽ ചെയർമാൻ റെയ്മണ്ട്സ് സ്യൂട്ടിൽ തിളങ്ങിനിന്നു. മെസ്സിലെ ടി വിയിൽ കൗണ്ട് ഡൗൺ കർമ്മ എന്നെഴുതിക്കാണിക്കുന്ന പരസ്യത്തിൽ ഇതേ സ്യൂട്ടിലാണ് ചെയർമാൻ പ്രത്യക്ഷപ്പെടുന്നത്. കാതടപ്പിക്കുന്ന സംഗീതത്തിന്റെ അകമ്പടിയോടെ സ്റ്റേജ് ഷോകളുടെ വെളിച്ചസംവിധാനങ്ങൾക്കു നടുവിൽനിന്ന് കാത്തിരിക്കൂ... നെക്സ്റ്റ് ബിഗ് ഷോ എന്നലറുന്ന അതേ ചെയർമാൻ ചിരിച്ചുകൊണ്ട് പത്രക്കാരോട് സംസാരിക്കുന്നു. 'കർമ്മ' കേരളത്തിലെ ജനജീവിതത്തിനൊരു ദൃശ്യവിസ്മയമായിരിക്കും സമ്മാനിക്കുക

എന്ന പ്രഖ്യാപനത്തോടെ അത്താഴ വിരുന്ന് തുടങ്ങി. 'കർമ്മ' നമ്മൾക്ക് വൻ വിജയമാക്കണമെന്ന് പറഞ്ഞുകൊണ്ട് ചെയർമാൻ അതുലിന്റെ പുറത്തുതട്ടി.

ക്യാമ്പ്സെന്ററിന്റെ പിൻഭാഗത്തായുള്ള ഇടിഞ്ഞു പൊളിഞ്ഞുകിടന്നിരുന്ന ഷേക്സ്പീരിയൻ സ്റ്റേജിലാണ് ഇനാഗുറൽ ഡേയ്ക്കുള്ള പ്രാക്ടീസ് നടക്കുന്നത്. ഒരുകാലത്ത് ക്യാമ്പ്സെന്ററിൽ കൾച്ചറൽ പ്രോഗ്രാമുകൾ അടിക്കടി നടന്നപ്പോഴാണ് ഷേക്സ്പീരിയൻ സ്റ്റേജ് പണിതത്. സിനിമാറ്റിക് ഡാൻസ് അരങ്ങു തകർക്കുകയാണ്. മത്സ്യകന്യകയെപ്പോലെ വേഷം ധരിച്ച പെൺകുട്ടികൾ സംഗീതത്തിനൊപ്പം നിലത്ത് ഇഴയുകയും ഉണരുകയും ചെയ്യുന്നത് വന്യമായ രതിയുടെ ദൃശ്യങ്ങൾ പോലെ അതുലിന് തോന്നി. നിലത്തുനിന്നെഴുന്നേറ്റ് നൃത്തസംഘം ഒരുതരം ലിംഗനൃത്തം തുടങ്ങി. ഇത്തരം പെൽവിസ് ജെർക്കിംഗുകളാണ് സിനിമാറ്റിക് ഡാൻസിന്റെ കാതൽ.

മുംബൈയിൽനിന്ന് പറന്നെത്തിയ ശ്വേത അയ്യർ ജഡ്ജിംഗ് പാനലിന്റെ മുൻനിരയിൽ ഡെനിം ജീൻസിൽ ഉടൽ പൊതിഞ്ഞിരിക്കുന്നത് അതുൽ കണ്ടു. റെയ്ബാൻ ഡിസൈനർ ഗ്ലാസ്സും ധരിച്ചിട്ടുണ്ട്. ഗായത്രി മന്ത്രവും റാപ്പും കൂടി ഇടകലർന്ന സംഗീതം സ്റ്റേജിൽ പ്രവഹിച്ചു. തങ്ങളുടെ കോളേജിനെ പ്രതിനിധീകരിക്കുന്ന മോഡലുകൾ വേദിയിലെത്തുമ്പോൾ പിൻനിരയിൽ സപ്പോർട്ടിംഗ് ആർപ്പുവിളികളും കൂക്കലുകളുമുണ്ടായി. ഓപ്പൺ എയർ ആഡിറ്റോറിയത്തിന്റെ നടുക്ക് സ്ഥാപിച്ചിരുന്ന റിവോൾവിംഗ് ക്യാമറയിലൂടെ ലൈവ് ദൃശ്യങ്ങൾ തണുത്തുറഞ്ഞ വീട്ടുകളിലെ സ്വീകരണ മുറികളിലും ചായക്കടകളിലെ ഗ്രെയിൻസ്വീണ ടിവി കളിലും ശീതീകരിച്ച മദ്യചഷകങ്ങൾ നിറയുന്ന ബാർ മുറികളിലും അത്താഴമേശകളിലെ കാഴ്ചകളിലും ലൈവായി ചെന്നു വീണുകൊണ്ടിരുന്നു.

ബാക്ക് സ്റ്റേജിൽ ബ്യൂട്ടി ഫെയ്സ് സെഷനുള്ള ഒരുക്കങ്ങൾ തുടങ്ങിയപ്പോൾ അതുൽ സിഗരറ്റ് വലിക്കാനായി ആൾക്കൂട്ടത്തിൽ നിന്നിറങ്ങി. ഗാഡ്ജറ്റ് ഷോയിൽ സൈബർ വസ്ത്രങ്ങൾ ധരിച്ച് സുന്ദരികൾ സ്റ്റേജിലെത്തിക്കൊണ്ടിരുന്ന മോഡലുകളുടെ ചിത്രങ്ങളുള്ള മാഗസിനുകളിൽ ലണ്ടനിലേയും പാരീസിലേയും മോഡലുകൾ ഫിഗർ കാത്തുസൂക്ഷിക്കാനായി '0' സൈസ് വെയിറ്റ് സൂക്ഷിക്കുമെന്ന് അതുൽ വായിച്ചിട്ടുണ്ട്. മെലിഞ്ഞ് എല്ലുംതോലുമായ ഒരു സ്പാനിഷ് മോഡൽ ഷൂട്ടിംഗിനിടയിൽ തലകറങ്ങി വീഴുകയും ആശുപത്രിയിലെത്തി ദിവസങ്ങൾക്കകം പര

ലോകത്തെത്തുകയും ചെയ്തത് ആഗോള രംഗത്ത് ഫാഷൻ ലോകത്തെ കിടിലംകൊള്ളിച്ചിരുന്നു. ശരീരഭാരം കുറയ്ക്കാനായി ഒരു ആപ്പിൾ മാത്രം കഴിച്ച് ആഴ്ചകളോളം ജീവിച്ച മറ്റൊരു പാരീസ് മോഡൽ കഷ്ടിച്ച് മരണത്തിൽനിന്ന് രക്ഷപ്പെട്ടു. ഇങ്ങനെ തൂക്കം കുറയ്ക്കുന്ന മോഡലുകൾ ടീനേജ് പെൺകുട്ടികളെ സ്വാധീനിക്കുന്നുണ്ടെന്ന പഠനം യൂറോപ്പിലെ മോഡലുകളെ ലോകത്തിനുമുന്നിൽ കുറ്റക്കാരാക്കി. യൂറോപ്യൻ ഫാഷൻ ഷോകളുടെ വികലമായ അനുകരണമായി 'കർമ്മ' അവസാനിച്ചു.

സിനിമാറ്റിക് ഡാൻസിനും ഫാഷൻ ഫ്യൂഷനുമായി അനൗൺസ്മെന്റ് കേട്ടുകൊണ്ട് സ്ഥിരമായി ഇരിക്കാറുള്ള കൽബെഞ്ചിനരികിലേക്ക് നടന്നു. ആകാശത്തു നിറയെ നക്ഷത്രങ്ങളാണ് മലഞ്ചരിവുകളിലെ വീടുകളിൽ പ്രകാശങ്ങളെല്ലാം അണഞ്ഞിരുന്നു. രാത്രിയുടെ ഏതോ അവസാനയാമമാണിത്. താഴ്‌വാരത്തുനിന്നും മരച്ചില്ലകളെ ഉലച്ചെത്തുന്ന തണുത്ത കാറ്റ്. ഓപ്പണെയറിലെ സംഗീതം ദൂരെ നിന്ന് കേൾക്കാൻ കഴിയുന്നതുപോലെ ചെവികളിലേക്കെത്തുന്നുണ്ട്. ബഹളങ്ങൾക്കിടയിൽനിന്നും അകന്നു നിൽക്കുമ്പോൾ സ്വസ്ഥതയാണ്. നിലാവ് മരങ്ങൾക്കിടയിൽ സിനിമാറ്റിക് ഇഫക്റ്റ് സൃഷ്ടിക്കുന്നു. മൊണാസ്ട്രിയുടെ മുകളിലും ചന്ദ്രിക തിളങ്ങിക്കിടപ്പുണ്ട്. ആധുനിക ലോകത്തിന്റെ വ്യർത്ഥമായ വ്യവഹാരങ്ങളിൽനിന്നും അകന്നു നിൽക്കുന്ന മൊണാസ്ട്രി ഒരുതരം ദൈവീക തേജസ്സ് സ്ഫുരിപ്പിക്കുന്നതായി അതുലിന് തോന്നി. ഗോപുരത്തിനുമുകളിൽ ഓപ്പൺ എയറിലേക്കു നോക്കി ആരോ നിൽക്കുന്നതുപോലെ! ഛെ! വെറുതെ തോന്നുന്നതാവും. നിലാവിന്റെ ഒരു അടര് ആ രൂപത്തിന്റെ മുഖത്ത് വീഴുന്നുണ്ട്. മൊണാസ്ട്രിയിലേക്ക് നീളുന്ന പുൽത്തകിടിയിലൂടെ അതുൽ കുതിച്ചു. പടവുകൾ കയറിയതും പെട്ടെന്ന് ചൂളം കുത്തുന്ന കാറ്റാടി മരങ്ങളുടെ ശബ്ദത്തോടെ കാറ്റുവീശുകയും മരച്ചില്ലകളുടെ നിഴൽ വീഴുകയും ചെയ്തു.

തിരിച്ച് നടന്നെത്തിയപ്പോഴേക്കും കൾച്ചറൽ വെന്യൂവിൽ പരിപാടികളെല്ലാം അവസാനിച്ചിരുന്നു. ജോലിക്കാർ മ്യൂസിക്-സൗണ്ട്- ലൈറ്റ് സിസ്റ്റങ്ങളൊക്കെ സ്റ്റേജിൽനിന്നും അഴിച്ചുവെച്ചുകൊണ്ട് നിൽക്കുന്നു. അതിഥിമന്ദിരത്തിൽ അത്താഴവിരുന്നിന്റെ പൊട്ടിച്ചിരികളും നിഴൽ രൂപങ്ങൾ ചലിക്കുന്നതും ഫ്രഞ്ചു ജാലകങ്ങളിലൂടെ കാണാം. വിശപ്പ് ആക്രമിച്ചുതുടങ്ങിയപ്പോൾ അതുൽ മെസ്സിലേക്കു നടന്നു. വിദ്യാർത്ഥികളുടെ ആഹാര യുദ്ധം കഴിഞ്ഞ ടേബിളുകൾ വൃത്തിയാക്കിത്തുടങ്ങിയതേ ഉള്ളൂ. ദോശയും ഓംലെറ്റും ഒരു കട്ടൻകാപ്പിയും കുടിച്ച് അതുൽ റൂമിലേക്ക്

നടന്നു. മരങ്ങളെ നനച്ചുകൊണ്ട് പുൽത്തകിടിയിലൂടെ കാറുകൾ സ്റ്റാർട്ടായി നീങ്ങുന്നതിന്റെയും, ടൂവീലറുകൾ മുരളുന്നതിന്റെയും ശബ്ദങ്ങൾ കേട്ടു. ഉറക്കം വരാനായി കിടന്നു. വീണ്ടും അതേ അസുഖം ഉറക്കമില്ലായ്മ. ഒന്നു മുതൽ നൂറുവരെ എണ്ണി.

നൂറിൽനിന്നും 99, 98, 97, 96... അങ്ങനെ താഴേക്ക് എണ്ണിത്തുടങ്ങിയപ്പോഴേക്കും അതുൽ ഉറങ്ങി.

# പതിന്നാറ്

**ക്യാ**മ്പ്സെന്ററിൽ തിരക്കേറിയ പ്രവൃത്തിദിനങ്ങളിലേക്ക് അതുൽ ഊളിയിട്ടു. സഭയുടെ പരിശീലന ക്ലാസുകൾ, കുട്ടികൾക്കായുള്ള ക്യാമ്പുകൾ, വലിയ ഇവന്റ് കമ്പനികളുടെ പരിപാടികൾ അങ്ങനെ തിരക്കിന്റെ ബഹളങ്ങളിലേക്ക് ക്യാമ്പ് സെന്റർ എടുത്തെറിയപ്പെട്ടു വൃദ്ധസന്ന്യാസിമാരുടെയും കന്യാസ്ത്രീ മഠത്തിന്റെയും പരിശുദ്ധമായ ശാന്തതയെ തകർക്കുന്ന ഇത്തരം കാര്യങ്ങളിൽ എതിർക്കാൻ ആരുമുണ്ടായിരുന്നില്ല. ഫാദർ ഓംശ്ലുന്യഗ്രന്ഥാലയത്തിൽ പുസ്തകക്കൂട്ടങ്ങൾക്കിടയിൽ ഒളിച്ചിരിക്കും. മൗന പ്രാർത്ഥനയിലേക്ക് പിൻവാങ്ങിയ സിസ്റ്റർമാർ നിശ്ശബ്ദതയുടെ ഉൾത്തളങ്ങളിൽ പ്രാർത്ഥനകളിൽ മുഴുകി.

റിസപ്ഷനിസ്റ്റായ സ്വരൂപയിൽനിന്നാണ് കന്യാസ്ത്രീ മഠത്തെക്കുറിച്ചുള്ള പല വിവരങ്ങളും അതുൽ മനസ്സിലാക്കാൻ തുടങ്ങിയത്. ദർശനാലയത്തിന്റെ ഉള്ളിൽ കത്തിയെരിയുന്ന മെഴുകുതിരികളുടെ മുമ്പിൽ ഇരിക്കുകയായിരുന്നു ഇരുവരും.

"ശരിക്കും പറഞ്ഞാൽ ചരൽക്കുന്നിന്റെ ഇന്നത്തെ മാർക്കറ്റിംഗ് രീതി കാണുമ്പോൾ എനിക്ക് അതിശയം തോന്നുന്നുണ്ട് അതുൽ...?"

"അതെന്താ...?"

അതുൽ വെറുതെ ചോദിച്ചു.

ചരൽക്കുന്നിൽ വന്നതിനുശേഷം ആരുമായെങ്കിലും സൗഹൃദം തോന്നുന്നുവെങ്കിൽ അത് സ്വരൂപയുമായാണ്. മൊണാസ്ട്രിയുടെ, ചരൽക്കുന്നിന്റെ ചരിത്രമറിയാവുന്ന കുടുംബത്തിൽനിന്നുമാണ് അവൾ വരുന്നത്. ഒരുകാലത്ത് അശരണരായി വരുന്ന സ്ത്രീകളുടെ അഭയകേന്ദ്രം

കൂടിയായിരുന്നു ഈ ആശ്രമം. മിഷണറിമാരുടെ പ്രവർത്തനത്തിന്റെ ഫലമായി ജീവിതം തിരിച്ചുപിടിച്ച ഒരുപാട് മനുഷ്യർ ചരൽക്കുന്നിന് ചുറ്റുമുണ്ട്. ആശ്രമത്തിൽ അന്തേവാസികളായി വന്നുചേരുന്ന സ്ത്രീകളുടെ ശാരീരികവും മാനസികവുമായ ആവശ്യങ്ങൾ മനസ്സിലാക്കി പ്രവർത്തിക്കുന്നതിൽ അമ്മമാർ ത്യാഗോജ്ജ്വലമായ പ്രവർത്തനങ്ങളാണ് നടത്തിയിട്ടുള്ളത്. കുഞ്ഞില എന്നു പേരുള്ള ഒരു കന്യാസ്ത്രീ അമ്മയുണ്ടായിരുന്നു. ആ അമ്മയാണ് പനയോലകൊണ്ടുള്ള കുട്ട, സോപ്പ്, തുണി, പായ നെയ്ത്ത്, നൂൽ നൂൽപ്പ് തുടങ്ങിയ കൈവേലകൾ സ്ത്രീകളെ പഠിപ്പിക്കുന്നതിനായി ഈ കാണുന്ന ഹോം ഓഫ് പീസ് എന്ന ആശ്രമകെട്ടിടം പണികഴിപ്പിച്ചത്. മെഴുകുതിരികളുടെ തിളക്കത്തിൽ സ്വരൂപയുടെ മുഖത്തിന് കുറച്ചുകൂടി തിളക്കം വന്നതായി അതുലിന് തോന്നി. ചുരിദാർ ഷാളിന്റെ മഞ്ഞ നിറത്തിന് തീ വെളിച്ചം ഒരു പ്രത്യേക നിറം നൽകുന്നു. അവൾ സംസാരിക്കുമ്പോൾ ചുണ്ടുകളുടെ ചലനം, കൈവിരലുകൾ ഇടയ്ക്ക് മുടിയിഴകളെ തഴുകുന്നത് ഒക്കെ കണ്ടുകൊണ്ടിരിക്കാൻ നല്ല രസമുണ്ട്.

ബാംഗ്ലൂരിൽ ടീമിൽ ഒപ്പമുണ്ടായിരുന്ന പല്ലവി അറോറയുടെ ഒരു ചെറിയ സാമ്യം സ്വരൂപയിൽ അതുലിന് തോന്നി.

ലെസ്സി കുടിക്കാൻ ഇഷ്ടപ്പെട്ടിരുന്ന പല്ലവി, ആകർഷകമായ ചിരിയുള്ള പല്ലവി. ആ പല്ലവി ഇപ്പോൾ എവിടെയാണാവോ..? നിന്നനിൽപ്പിൽ ബാംഗ്ലൂരിലെ ഓർമ്മകൾ ഇങ്ങനെ വന്ന് വേട്ടയാടുമ്പോൾ പലപ്പോഴും സ്വയം മറന്നുപോകും.

"മൊണാസ്ട്രിയുടെ കേന്ദ്രബിന്ദുവായ ഈ ദർശനാലയത്തിന്റെ ആശയം ബിഷപ്പ് മൂറിന്റെ സംഭാവനയാണ് അതുൽ... അറിയാമോ...?" സ്വരൂപ തുടർന്നു.

"വാതിലുകളോ, ജനലുകളോ ഇല്ലാതെ ഒരു പരിശുദ്ധ ആലയമായിട്ടാണ് ദർശനാലയം സ്ഥാപിച്ചത്. അതായത് ഏത് സമയവും ആർക്കും ഇതിനുള്ളിൽ പ്രവേശിച്ച് ദൈവവുമായി സംസർഗ്ഗത്തിൽ ഏർപ്പെടാനുള്ള ഒരു പുണ്യസ്ഥലിയാ യിട്ടായിരുന്നു ബിഷപ്പ് മൂർ ദർശനാലയം വിഭാവനം ചെയ്തിരുന്നത്. ഉള്ളിൽ പ്രവേശിക്കുന്ന ആർക്കും അദൃശ്യനായ ദൈവത്തെ കണ്ട അനുഭൂതി ലഭിക്കും. ബിഷപ്പ് കോൺഫീൽഡും സിസ്റ്റർ കാരൾ ഗ്രഹാമും ഈ ആശയത്തെ പരിപൂർണ്ണമായി പിന്തുണച്ചിരുന്നു. പാവപ്പെട്ട മനുഷ്യർ തങ്ങളുടെ ജീവിതത്തിലെ പ്രതിസന്ധികൾക്ക് ഉത്തരം തേടി എത്രയോ തവണ ഈ ദർശനാലയത്തിൽ വന്നിരിക്കാം. ഓർത്തു നോക്കൂ അതുൽ..."

"ആളുകൾ ഇപ്പോഴും വരുന്നുണ്ടല്ലോ..." സ്വരൂപയ്ക്ക് അതുൽ അങ്ങനെ നിസ്സാരമായി പറഞ്ഞത് ഇഷ്ടപ്പെട്ടില്ല.

"വരുന്നുണ്ട്... ശരിയാണ്. പക്ഷേ, അവർക്ക് ഭയാശങ്കകളില്ലാതെ

പൂർണ്ണമായി വിശ്രാന്തി കിട്ടുന്നുണ്ടെന്ന് തോന്നുന്നുണ്ടോ...?" അതുലിന് ഉത്തരം പറയാൻ കഴിഞ്ഞില്ല.

ചരൽക്കുന്നിന്റെ ആകാശത്ത് മഴമേഘങ്ങളുടെ നൃത്തം തുടങ്ങി. ചരൽക്കുന്നിൽ പെട്ടെന്നാണ് മഴ താളമിടുന്നത്. താഴ്‌വാരങ്ങളിൽനിന്ന് മല കയറിയെത്തുന്ന കാറ്റിൽ മണ്ണിന്റെ, നനവിന്റെ, മണമുണ്ടാകും. മെഴുകുതിരിനാളങ്ങൾ പെട്ടെന്നുണ്ടായ കാറ്റിൽ ആടിക്കളിക്കാൻ തുടങ്ങി. ചരൽക്കുന്നിലെ മറ്റൊരു ദിവസം കൂടി അവസാനിക്കുന്നു. സ്വരൂപ വീടണയാനുള്ള ഒരുക്കം തുടങ്ങി. കുട തുറന്ന് മഴയിലേക്കിറങ്ങി.

അതുൽ ദർശനാലയത്തിൽതന്നെ ഇരുന്നു. ചിന്തകളിൽ നഷ്ടപ്പെട്ടു. യാഥാർത്ഥ്യത്തിനും അയഥാർത്ഥ്യത്തിനും ഇടയിലാണ് ഈ മൊണാസ്ട്രി നിലനിൽക്കുന്നത്. ഏതാണ് ശരി? ഏതാണ് തെറ്റ്? ഒന്നും തിരിച്ചറിയാൻ കഴിയുന്നില്ല.

മഴ പെയ്തു കഴിഞ്ഞ് മരം പെയ്യുന്നു. അതുൽ ദർശനാലയത്തിൽനിന്നും പുറത്തേക്കിറങ്ങി. ചരൽക്കുന്നിലെ മരങ്ങളിൽനിന്ന് ഇലകൾ മഴ പൊഴിച്ചു. പുൽത്തകിടിയിൽ നനവുണ്ട്. ഒരു സിഗരറ്റ് വലിക്കണമെന്ന കഠിനമായ ആഗ്രഹം തോന്നി. താഴ്‌വാരത്തേക്ക് നോക്കി ഒരു സിഗരറ്റിന് തീ കൊളുത്തി. മഴ കഴിഞ്ഞതിന്റെ അടയാളംപോലെ താഴ്‌വാരങ്ങളിൽനിന്നും മഞ്ഞ് പൊങ്ങുന്നുണ്ട്.

ചരൽക്കുന്നിന്റെ മനോഹരമായ പ്രകൃതിയാണ് മൊണാസ്ട്രിയുടെ പിറവിക്കു പിന്നിൽ പ്രവർത്തിച്ച പ്രധാന ഘടകം. മലകൾ ദൈവാനുഭവത്തിന്റെ അപൂർവ ഇടങ്ങളാണ്. ബൈബിളിൽ സീനായ് മലയ്ക്ക് മുകളിലാണ് യേശുദേവൻ ധ്യാനത്തിൽ ആഴ്ന്നിരുന്നത്.

ശാന്തത ഗിരിശൃംഗങ്ങൾ അപാരമായ ശാന്തത പ്രദാനം ചെയ്യുന്നുണ്ട്. ഹിമാലയത്തിന്റെ ധവളിമയിലെ ഋഷികവാടങ്ങൾപോലെ. ടിബറ്റൻ മൊണാസ്ട്രികൾ പോലെ. ചരൽക്കുന്നിൽ നിന്നാൽ മേഘങ്ങൾ താണിറങ്ങി പോകുന്നത് കാണാം. ആ മേഘക്കൂട്ടങ്ങളിൽ ജീവിതത്തിന്റെ നശ്വരതയും മനോഹാരിതയുമുണ്ട്. ദൂരെ നോക്കിയാൽ കോഴഞ്ചേരി പട്ടണം കാണാം. പമ്പയുടെ കാഴ്ച ഒരു പൊട്ടുപോലെ വിദൂരതയിൽ. മണൽപ്പരപ്പിൽ ഒഴുക്ക് നഷ്ടപ്പെട്ട് കിതയ്ക്കുന്ന പമ്പ. പുണ്യനദിയായ പമ്പ കാടുകളിൽ പിറവിയെടുക്കുന്നു. മൊണാസ്ട്രിക്ക് മാത്രമല്ല എല്ലാത്തിനും തകർച്ചയുണ്ട്. മനുഷ്യന്റെ ആർത്തി സൃഷ്ടിക്കുന്ന തകർച്ച.

മൊണാസ്ട്രിയിലേക്കുള്ള വനപാതയിലൂടെ, മഴയൊഴിഞ്ഞ കൈവഴികളിലൂടെ നടക്കുകയായിരുന്നു അതുൽ. വിവിധയിനം പഴവർഗങ്ങൾ വളർത്തുന്ന വലിയ പഴത്തോട്ടം തോട്ടത്തിൽ വളരുന്നുണ്ട്. തോട്ടത്തിന്റെ സൂക്ഷിപ്പുകാരൻ ഡേവിഡാണ്. മിൽക്ക് ഫ്രൂട്ടും മിറക്കിൾ ഫ്രൂട്ടും ഉൾപ്പെടെയുള്ള വിദേശപഴങ്ങൾ മുതൽ റംബൂട്ടാൻ, മാൽസ്റ്റിൻ, അവക്കാഡോ

തുടങ്ങിയ തോട്ടപ്പഴങ്ങൾ ഉൾപ്പെടെ വാഴകൃഷിയും വിശാലമായ കൃഷി ത്തോട്ടത്തിലുണ്ട്. റംബൂട്ടാൻ മരങ്ങളിൽ പഴക്കുലകൾ ചുമന്ന് കിടക്കു ന്നതുകണ്ടാണ് അതുൽ നടപ്പ് തുടർന്നത്. പഴത്തോട്ടത്തിന് നടുവിൽ ഡേവിഡ് നിൽക്കുന്നു. അയാൾ ഒരു വലിയ ബക്കറ്റിൽ പലതരം പഴ ങ്ങൾ ശേഖരിക്കുന്നത് കണ്ടപ്പോൾ ഒപ്പം കൂടാൻ തോന്നി.

തുപ്പുകാരി റെയ്ച്ചൽ പറഞ്ഞ കഥ മനസ്സിലേക്ക് എത്തി. പുല്ലാ ടിനടുത്തുള്ള ഒരു വലിയ സമ്പന്ന കുടുംബത്തിലെ അംഗമായിരുന്നു ഡേവിഡ്. ചെറുപ്പത്തിൽത്തന്നെ മാനസികമായ അസ്വസ്ഥതകൾ പ്രക ടമാക്കി തുടങ്ങി. പ്രായമാകുന്തോറും മാനസികപ്രശ്നങ്ങൾ വർദ്ധിക്കുകയും ഡേവിഡ് വീടിനുപുറത്തേക്ക് മുഴുഭ്രാന്തനായി ഇറങ്ങിത്തിരിക്കുകയും ചെയ്തു. കല്ലിലും മരത്തിലും തലയിടിച്ച് ഭ്രാന്തിന്റെ അവസ്ഥാന്തരങ്ങളിലൂ ടെ അയാൾ കോഴഞ്ചേരിയിലൂടെ അലഞ്ഞുതിരിഞ്ഞ് നടക്കാൻ തുടങ്ങി. പട്ടണത്തിലെ ജീവിതത്തിനുശേഷം ഡേവിഡിന് ജലത്തോടായി താൽപ്പര്യം. പമ്പാനദിയുടെ തീരത്തൂടെ അയാൾ അലഞ്ഞുതിരിയാൻ തുടങ്ങി. വിശുദ്ധ മരമായ നിറംപല്ലിയുടെ ഗവേഷണമായി പമ്പയുടെ തീരത്തൂടെ ഭ്രാന്തമായ അഭിനിവേശവുമായി ഇറങ്ങിത്തിരിച്ച ഫാദർ ഓംശ്ലൂന്യയുടെ കൈകളിലേക്ക് ഡേവിഡ് എത്തിച്ചേർന്നു. പുഴയുടെ തീരത്ത് ഡേവിഡിന്റെ തലയിൽ കൈ വെച്ച് ഫാദർ ഓംശ്ലൂന്യ പ്രാർത്ഥ നയിൽ മുഴുകി. ചേമ്പിലയിൽ ജലം ശേഖരിച്ച് മുഖത്തൊഴിച്ചു. ഡേവിഡ് പുണ്യനദിയായ പമ്പയിൽ മുങ്ങിക്കുളിച്ചു. നിറംപല്ലി തേടിപ്പോയ ഫാ ദറിനൊപ്പം അന്ന് ഡേവിഡ് ചരൽക്കുന്ന് കയറി. അങ്ങനെ അയാൾ മൊണാസ്ട്രിയിലെ തോട്ടത്തിന്റെ കാവൽക്കാരനായി. തോട്ടത്തിന്റെ ഫലസമൃദ്ധിയും വൈവിധ്യവും അയാളുടെ ആത്മാർത്ഥതയുടെ പ്രതിഫ ലനമായി തിളങ്ങി നിൽക്കുന്നു.

# പതിനേഴ്

ഡേവിഡിനടുത്തേക്ക് അതുൽ നടന്നുചെന്നു. ചുവന്ന റംബൂട്ടാൻ പഴങ്ങൾ നിറഞ്ഞ ചില്ലയിൽനിന്നും അയാൾ തോട്ടികൊണ്ട് ചില്ല താഴ്ത്തി പഴങ്ങൾ പറിക്കുകയാണ്. ഡേവിഡ് തിരിഞ്ഞുനോക്കി.

ആ... ആ... ഇ... ഇ... ഇതാരാ... കു... കുഞ്ഞോ...

ഡേവിഡ് അതുലിനെ കുഞ്ഞെന്നാണ് വിളിക്കുന്നത്. ഭ്രാന്തിന്റെ കാലത്ത് പിടികൂടിയതാണ് ഈ വിക്കൽ. വിക്കി വിക്കി പറഞ്ഞു തുടങ്ങിയിട്ട് പിന്നെ സംസാരം നേരെയാകും.

"ഡേവിഡച്ചാ... കുറെ പഴങ്ങൾ കിട്ടിയല്ലോ..."

അതുൽ പഴക്കുട്ടയിൽനിന്നും ചുവന്ന സോക്സിട്ട രണ്ടുമൂന്ന് റംബൂട്ടാൻ പഴങ്ങൾ എടുത്ത് തോടുപൊട്ടിച്ച് തിന്നാൻ തുടങ്ങി. ഭ്രാന്ത് കുറെശ്ശേ മാറിയെങ്കിലും ഡേവിഡിന്റെ മുഖത്ത് ചിത്തഭ്രമത്തിന്റെ അടയാളങ്ങൾ ഇപ്പോഴും കാണാം. റെയ്ച്ചലിന് പേടിയാണ്. ആരു പറഞ്ഞാലും ഒന്നും അനുസരിക്കാത്ത ഡേവിഡ് ഫാദർ ഓംശ്ലുന്യയുടെ മുമ്പിൽ ഒരു നായയെപ്പോലെ അനുസരണയുള്ളവനാകും.

മൊണാസ്ട്രിയിലേക്കുള്ള കാട്ടുവഴിയിലൂടെ ആരോ നടന്നുവരുന്നുണ്ട്. അതുലിന്റെ ശ്രദ്ധ അങ്ങോട്ടായി. സിസ്റ്റർ ജാസ്മിനാണ് കൂടെ സിസ്റ്റർ കാതറീനയുമുണ്ട്.

അതുൽ പഴത്തോട്ടത്തിൽനിന്നും പുറത്തേക്കിറങ്ങി. കന്യാസ്ത്രീകളുടെ മുമ്പിലെത്തി.

"ആഹാ... അതുലോ... എന്താ ഇവിടെ?"

സിസ്റ്റർ ജാസ്മിൻ സംസാരത്തിന് തുടക്കമിട്ടു.

"ഞാൻ വെറുതെ ഡേവിഡിനെ ഒന്നു കാണാൻ വന്നതാ..."

സിസ്റ്റർ കാതറിൻ മുഖം തരാതെ നിൽക്കുകയാണ്. എന്തൊക്കെയോ അസ്വസ്ഥതകൾ അവളെ ചൂഴ്ന്നുനിൽക്കുന്നതായി അതുലിന് തോന്നി.

"ഡേവിഡ്... ഇവിടെ നിൽക്കുകയാണോ...? ഇപ്പോൾ തെറാപ്പി സെഷനുണ്ട്. ഞാൻ ഇന്നലെ അത് ഡേവിഡിനോടു പറഞ്ഞതാണല്ലോ... ഫാദർ ഓംശ്ശുന്യയോടും പറഞ്ഞിരുന്നു. താൽപര്യമുണ്ടെങ്കിൽ അതുലും വരൂ... മൊണാസ്ട്രിയുടെ പിന്നിലെ ആവൃതിയിലാണ് തെറാപ്പി സെഷൻ."

അതുൽ തലയാട്ടി.

കന്യാസ്ത്രീകൾ നടന്നുപോയപ്പോൾ തെറ്റുചെയ്ത കുട്ടിയെപ്പോലെ തലകുനിച്ചു നിൽക്കുന്ന ഡേവിഡിനടുത്തേക്ക് അതുൽ ചെന്നു.

മൊണാസ്ട്രിയിലും ക്യാമ്പ്സെന്ററിലും അഭയം തേടി. ആശ്രമത്തിലെത്തുന്നവരുടെ മാനസികപ്രശ്നങ്ങൾക്ക് പരിഹാരം എന്ന നിലയിലാണ് 'ഹൗസ് ഓഫ് പീസി'ന്റെ പ്രവർത്തനങ്ങളുടെ ഭാഗമായി ബിഷപ്പ് കോൺഫീൽഡി സെഷൻ തെറാപ്പി എന്ന ആശയം മുന്നോട്ടുവച്ചത്. വിശുദ്ധമായ ആവൃതിയിൽ പ്രകൃതിയുടെ മടിത്തട്ടിൽ വേണം തെറാപ്പി സെഷനുകൾ നടത്തേണ്ടത് എന്ന നിഷ്കർഷയുമുണ്ട്. സിസ്റ്റർഹുഡിലേക്ക് വരുന്ന സിസ്റ്റർമാരിൽ സൈക്കോളജി ബിരുദമുള്ളവരും പ്രത്യേകം പരിശീലനം നേടിയവരുമാണ് ഇതിന് നിയോഗിക്കപ്പെടുന്നത്. ആയുഷ്ക്കാല സേവനത്തിനായി പ്രതിഷ്ഠിക്കപ്പെട്ടവരിൽ നിന്നാണ് തെറാപ്പിസ്റ്റിനെ തിരഞ്ഞെടുക്കുന്നത്.

അന്തേവാസികളുടെയും അതിഥികളുടെയും മാനസികനില മനസ്സിലാക്കി സ്നേഹവും സഹതാപവും വിവേകവുമുള്ള കൂട്ടായ്മ നൽകുകയും ആശ്രമജീവിതത്തിന് അവരെ പര്യാപ്തമാക്കുകയും ചെയ്യുകയാണ് തെറാപ്പിയുടെ ലക്ഷ്യം. സിസ്റ്റർ കാതറീനയും ഡേവിഡും തെറാപ്പിക്ക് ഇതിനകംതന്നെ വിധേയരായിട്ടുണ്ടാകുമെന്ന് അതുലിന് തോന്നി.

ചരൽക്കുന്നിലാകെ പ്രഭാതസൂര്യൻ വെളിച്ചം പകരുന്നു. മരങ്ങൾക്കിടയിലൂടെ വെയിൽ നാളങ്ങൾ സ്വർണനിറത്തിൽ ഭൂമിയിലേക്ക് പൊഴിയുന്നു. പുൽത്തകിടികൾ തിളങ്ങുന്നു. സുഖകരമായ തണുത്ത കാറ്റ് താഴ്‌വാരത്തുനിന്നും കയറിവരുന്നുണ്ട്. അതുൽ ഡേവിഡുമായി മൊണാസ്ട്രിയുടെ ആവൃതിയിലേക്ക് നടന്നു. ആദ്യകാലം മുതൽക്കുതന്നെ മൊണാസ്ട്രിയുടെ കമ്മ്യൂണിറ്റി ജീവിതത്തിൽ ആന്തരിക പരിശുദ്ധിക്ക്

വലിയ സ്ഥാനമുണ്ടായിരുന്നു.

മരങ്ങൾ തണൽ വിരിച്ച ആവൃതിയുടെ നടുവിലെ കൽബെഞ്ചിൽ സിസ്റ്റർ ജാസ്മിനും ഫാദർ ഓംശ്രുന്യയും ഇരുന്നു. ചുറ്റും കല്ലുകൾ വിരിച്ചിട്ടുണ്ട്. പന്ത്രണ്ട് മരങ്ങൾ നിറഞ്ഞ ആവൃതി. പന്ത്രണ്ട് കല്ലിരിപ്പിടങ്ങൾ, പന്ത്രണ്ട് ശിഷ്യഗണങ്ങളെ പ്രതിനിധാനം ചെയ്യുന്ന ആവൃതി. മരച്ചില്ലകളിൽ പ്രഭാത വെയിൽ തിളങ്ങുന്നു. ഡേവിഡിന് തൊട്ടടുത്തായി അതുൽ ആവൃതിയിലിരുന്നു. വേദപുസ്തകപരിജ്ഞാനം മാത്രമല്ലാതെ പ്രായോഗികജീവിതത്തിനാവശ്യമായ പരിശീലനങ്ങളും ജീവിതസാഫല്യത്തിന് ആവശ്യമാണ്.

ഫാദർ ഓംശ്രുന്യയും സിസ്റ്റർ ജാസ്മിനും കറുത്ത കുപ്പായങ്ങൾ ധരിച്ചിട്ടുണ്ട്. അവനവനെ ശ്രദ്ധിക്കാൻ ആവശ്യപ്പെടുന്ന ധ്യാനപ്രാർത്ഥനയോടെ തെറാപ്പി സെഷൻ ആരംഭിച്ചു. പുൽത്തകിടിയിൽ വെച്ചിരിക്കുന്ന പോർട്ടബിൾ സ്പീക്കറിൽനിന്നും നേർത്ത ധ്യാനസംഗീതമുയരുന്നുണ്ട്. ധ്യാനം കഴിഞ്ഞപ്പോൾ ഫാദർ ഓംശ്രുന്യ അടുത്തിരുത്തി ഡേവിഡിന്റെ തലയിൽ കൈവെച്ച് പ്രാർത്ഥിച്ചു.

സിസ്റ്റർ കാതറീൻ അസ്വസ്ഥമായ മനസ്സോടെ ഇരിക്കുന്നത് അതുൽ ശ്രദ്ധിച്ചു. ആശ്രമത്തിലേക്ക് അശരണരായി ഇടംതേടി വന്ന രണ്ടുമൂന്നു സ്ത്രീകൾ കരയുന്നുണ്ടായിരുന്നു.

യുവതികളായ കന്യാസ്ത്രീകൾക്കും വാർദ്ധക്യത്തിലേക്ക് എത്തിയവർക്കും മൊണാസ്ട്രിയിൽ ശാരീരികവും മാനസികവുമായ ആരോഗ്യത്തിനായുള്ള ക്ലാസ്സുകൾ നടക്കാറുണ്ട്.

സിസ്റ്റർ കാതറീൻ അലറി വിളിക്കുന്നതുകേട്ടാണ് അതുൽ ചിന്തകളിൽ നിന്നുണർന്നത്. കാതറീൻ ഇംഗ്ലീഷിൽ പിറുപിറുക്കുന്നുണ്ട്. ഉറക്കെ നിലവിളിക്കുന്നു. പ്രണയതകർച്ചയുടെയും ലൈംഗികവേഴ്ചയുടെയും നിലവിളികൾ കാതറീൻ ഉറക്കെ പറയുന്നു. സിസ്റ്റർ ജാസ്മിന്റെ മടിയിൽ കിടന്നാണ് അവൾ കരയുന്നത്. ഫാദർ ഓംശ്രുന്യയ്ക്ക് നേരെ അവൾ അശ്ലീലവാക്കുകൾ ഇംഗ്ലീഷിൽ വിളിച്ചുപറയുന്നുണ്ട്. അനങ്ങാതെ ശിലപോലിരിക്കുകയാണ് ഫാദർ. വിശുദ്ധ ആവൃതിയിലെ കൽത്തൊട്ടിയിൽ സൂക്ഷിച്ചിരിക്കുന്ന ജലം ഫാദർ ഒരു ചെറിയ ഗ്ലാസ്സിലേക്കു പകർന്നു. എന്നിട്ട് മെല്ലെ കാതറീനയുടെ അടുത്തെത്തി. അവളെ സമാധാനിപ്പിച്ചുകൊണ്ട് ജലം നൽകി. കാതറീന അലറി വിളിച്ചുകൊണ്ട് വെള്ളം ഫാദറിന്റെ മുഖത്തേക്ക് ഒഴിച്ചു. എന്നിട്ട് അവൾ ആവൃതിയുടെ പുറത്തേക്ക് ഇറങ്ങിയോടി.

ആദ്യമായിട്ടല്ല ഇത്തരം സംഭവങ്ങൾ തെറാപ്പിക്കിടയിൽ സംഭവിക്കുന്നത്. പലരും അമ്പരന്നു. ഡേവിഡ് അവളെ പിടിക്കാനായി പിന്തുടരാൻ ശ്രമിച്ചു. ഫാദർ ഓംശ്ശുന്യയെ കാതറീന അപമാനിച്ചത് ഡേവിഡിന് സഹിക്കാൻ കഴിഞ്ഞിട്ടുണ്ടാവില്ല. തെറാപ്പി തുടർന്നു.

# പതിനെട്ട്

**ച**രൽക്കുന്നിൽ വന്നിട്ട് ആറുമാസം കഴിയുന്നു. രാത്രിയിൽ ഓർമ്മകളിൽ നഷ്ടപ്പെട്ട് കിടക്കുകയായിരുന്നു അതുൽ. ടേബിളിലെ അലാറം രണ്ടുമൂന്നു തവണ കൈ അമർത്തി ഓഫാക്കി. പ്രകാശത്തിന് വഴിയൊരുക്കുന്നപോലെ പ്രഭാതത്തിന്റെ നീലിമ ചരൽക്കുന്നിന്റെ താഴ്‌വാരത്ത് വ്യാപിക്കുന്നുണ്ട്. കർട്ടൻ മാറ്റിയാൽ ഉദയസൂര്യന്റെ വരവ് നീലമേഘങ്ങളിൽ പ്രതിഫലിക്കുന്നത് കാണാം. അതുൽ പുതപ്പിനുള്ളിൽ ചുരുണ്ടുകൂടി കിടക്കാനാഗ്രഹിച്ചു.

രാത്രിയിൽ സിസ്റ്റർ കാതറീനയുടെ അലറി വിളിക്കുന്ന മുഖം സ്വപ്നത്തിൽ വന്ന് ഭയപ്പെടുത്തി. സഹതാപവും ഭയവും തോന്നുകയാണ്. ഓരോ ദിവസം പിന്നിടുന്തോറും മൊണാസ്ട്രിയെ ചുറ്റിപ്പറ്റി നിൽക്കുന്ന ദുരൂഹത വർദ്ധിക്കുകയാണ്. ഫാദർ ഓംശ്ശുന്യയും ഡേവിഡും ഒരു താക്കോലാണ്. ആ താക്കോൽ ഉപയോഗിച്ച് വാതിലുകൾ തുറന്നാൽ ഒരു പക്ഷേ, രഹസ്യങ്ങൾ കണ്ടെത്താനാവാം. അധികാരം ലക്ഷ്യമാക്കി പ്രവർത്തിക്കുന്ന മനുഷ്യരുടെ വഴികൾ നിഗൂഢമാണ്. അറ്റമില്ലാത്ത വഴിയുടെ അറ്റം തേടുന്നപോലെ ഒരു പ്രവൃത്തി.

ജനാലയിലൂടെ നോക്കിയാൽ സിസ്റ്റർ കാതറീന ചൂണ്ടിക്കാണിച്ച ഒറ്റമരം കാണാം. പാറക്കൊല്ലിയുടെ ചരുവിൽ ആ മരം ഒറ്റയ്ക്ക് നിൽക്കുകയാണ്. ഒറ്റയ്ക്കു നിൽക്കുന്നവരുടെ ഒരു കൂട്ടമാണോ മൊണാസ്ട്രി...? അതുൽ സംശയിച്ചു.

ഉറക്കച്ചടവാർന്ന കണ്ണുകൾ തുറന്ന് വാഷ്ബേസിനിൽ മുഖം കഴുകി. ജലത്തിന് നല്ല തണുപ്പ്. ഫാദർ മോഞ്ചോയുടെ കാലശേഷം

മൊണാസ്റ്ററിയിൽ സ്വത്ത് സംബന്ധമായ രൂക്ഷമായ തർക്കങ്ങൾ ഉടലെടുത്തുവെന്നാണ് സ്വരൂപ പറയുന്നത്. ഈ വിവരങ്ങളെല്ലാം സ്വരൂപയുടെ മുത്തച്ഛനറിയാം. ഒരു ഗവേഷകന്റെ ബുദ്ധിയോടെ അവൾ ഈ കാര്യം ശേഖരിച്ചുവെച്ചിട്ടുണ്ട്. ഗവേഷകയുടെ കണ്ടെത്തലുകൾ ഭയപ്പെടുത്തുന്നതാണ്.

ദുരൂഹസാഹചര്യത്തിൽ മൊണാസ്റ്ററിയിൽനിന്നും പല കാലങ്ങളിലായി സന്ന്യാസിമാർ അപ്രത്യക്ഷരായിട്ടുണ്ട്. ബ്രിട്ടീഷുകാരുടെ കാലത്തുതന്നെ അധികാര വടംവലി ആരംഭിച്ചിരുന്നു. സ്വത്തിടപാടുകൾക്ക് കൃത്യമായ രേഖകളില്ല. പല കണക്കുകളും പരിശോധനയ്ക്കായി ചോദിച്ചപ്പോൾ അത്തരം വിഷയങ്ങളിൽ മൗനം പുലർത്തുകയും തന്നെ തടയുകയുമാണ് മാനേജർ ചെയ്യുന്നത്. സഭയുടെ പിതാക്കൻമാരും അധികാരികളും സിനഡും മഹായിടവകയും ഓർഡറിലെ സന്ന്യാസ്ത സമൂഹവും എല്ലാം ചേർന്ന് സൃഷ്ടിച്ച ഒരു വലിയ കയം. നില കാണാൻ കഴിയാത്ത ആ കയത്തിലിറങ്ങാൻ തനിക്കു കഴിയുമോ? ചിലപ്പോൾ തോന്നും ജോലി അവസാനിപ്പിച്ച് ചരൽക്കുന്ന് ഇറങ്ങണമെന്ന്. ബാംഗ്ലൂരിലെ ഐ ടി ജീവിതത്തിലേക്ക് മടങ്ങണമെന്ന് തോന്നും. മെട്രോയിൽ ഒന്നുമറിയില്ല. അവിടെ ദൈവവും ചെകുത്താനുമില്ല. കമ്പ്യൂട്ടറുകളായി ത്തീർന്ന മനുഷ്യർ മാത്രമേയുള്ളൂ. അവരിൽ ഒരു കമ്പ്യൂട്ടറായി തനിക്കും ജീവിക്കാം. അവിടെ ദൈവത്തിന്റെയും ചെകുത്താന്റെയും പ്രശ്നങ്ങളില്ല.

അതുലിന് താൻ നിൽക്കുന്ന തറ കുഴിയുന്നതായി തോന്നി. മൊണാസ്റ്ററിയിലെത്തിയിട്ട് ആറു മാസം കഴിയുന്നു. അക്കൗണ്ടിലേക്ക് കനപ്പെട്ട ശമ്പളം വീഴുന്നുണ്ട്. അതുമാത്രം നോക്കിയാപ്പോരേ കുഞ്ഞേ എന്നാണ് റെയ്ച്ചൽ ചോദിക്കുന്നത്.

മെസ്സ് ഹാളിൽ കാഷ്യർ മാത്യു ഇല്ലാത്തപ്പോൾ പീലിയും റെയ്ച്ചലും അതുലിന് പ്രിയപ്പെട്ട ആഹാരം വെച്ചുനൽകും. രണ്ടുപേരും മാതാപിതാക്കളെപ്പോലെ തന്നോട് സ്നേഹം പുലർത്തുന്നതു കാണുമ്പോൾ വീട് ചിന്തകൾ വേട്ടയാടും. അമ്മച്ചിയെക്കുറിച്ചോർത്താൽ കണ്ണിൽ നനവ് പടരും.

തിരക്കേറിയ മറ്റൊരു ദിവസമാണ്. വിഷാദചിന്തകൾ മാറ്റി ഉത്സാഹത്തോടെ ബാത്ത്റൂമിലേക്ക് കയറി. ഷവറിനു താഴെ നനഞ്ഞുനിന്നു. തറ തുടയ്ക്കുന്ന ദീനാമ്മയുടെ ഒച്ച കോറിഡോറിൽ മുഴങ്ങി. മഠത്തിലേക്ക് അഭയംതേടി വന്ന യുവതിയായിരുന്നു ദീനാമ്മ. അവർ മൊണാസ്റ്ററിയിലെത്തിയിട്ട് മൂന്ന് പതിറ്റാണ്ട് കഴിയുന്നു. എപ്പോഴും ദേഷ്യത്തോടെ സംസാരിക്കും. ദൈവത്തോടുള്ള പരാതികളാണ്.

"ദൈവമേ... നീ വലിയവനാണ്... പക്ഷേ, നീ ദീനാമ്മയെ കൈവിട്ടുകളഞ്ഞു..."

അവരുടെ വർത്തമാനം കേൾക്കുമ്പോൾ എല്ലാവരും ചിരിക്കും.

റെയ്ച്ചലിന് അവരോട് അനുതാപമുണ്ട്.

"ചേച്ചീ... ഇങ്ങനെ ദൈവത്തെ കുറ്റം പറയല്ലേ... ദൈവത്തെ സ്തുതിക്കാനുള്ള സ്ഥലമാ ഇത്..."

വഴക്കു പറയുന്ന സമയത്ത് കുറച്ചുനേരം കേട്ടുകൊണ്ട് മിണ്ടാതെ നിൽക്കും. പിന്നെയും തുടങ്ങും ദൈവത്തിനെതിരെയുള്ള പരാതികൾ.

കോറിഡോറിലെ ലോഷന്റെ മണത്തിലൂടെ അതുൽ മെസ്സിലേക്ക് നടന്നു. ചരൽക്കുന്നിന്റെ ആകാശം നിറഞ്ഞുനിൽക്കുന്ന മേഘങ്ങൾ തെന്നി നീങ്ങുന്നുണ്ട്. ഫാദർ ഓംശ്ലുന്യ നെറ്റിമേൽ കൈവെച്ച് മഴ പ്രവചിക്കുമത്രെ. അത് അച്ചട്ടായിരിക്കും. കൃത്യസമയത്ത് മഴ പെയ്തിരിക്കും. ഡേവിഡിന് അതൊരു അത്ഭുതമാണ്.

ഓഫീസിലെത്തിയപ്പോൾ സ്വരൂപ റിസപ്ഷൻ ഡെസ്കിൽ എത്തിയിട്ടുണ്ട്. സുന്ദരിയായിട്ടുണ്ട്. ചിലപ്പോൾ ചിന്തകൾ അതിരുവിട്ടു പോകുന്നുണ്ട്. പ്രണയം മനസ്സിൽ തോന്നുന്നുണ്ടോ...? സ്വരൂപയുടെ വീട് താഴ്‌വാരത്താണ്. ചരൽക്കുന്നിലെ മലയിറങ്ങി നടന്നാൽ അവളുടെ വീട്ടിലെത്താം. കുറെക്കാലമായി സ്വരൂപ വീട്ടിലേക്ക് ക്ഷണിക്കുന്നുണ്ട്. പോകാം. സമയമാവട്ടെ...!

അതുൽ ഓഫീസ് പ്രവൃത്തികളിലേക്ക് പ്രവേശിച്ചു. ഇ-മെയിലുകൾക്ക് മറുപടി അയക്കേണ്ടതുണ്ട്. ക്യാമ്പിനുള്ള തീയതി ചോദിച്ച് പല സ്ഥാപനങ്ങളിൽനിന്ന് അന്വേഷണം വന്നിട്ടുണ്ട്. കോട്ടയത്തെ എം ജി സർവകലാശാലയുടെ സാഹിത്യക്യാമ്പിന്റെ തീയതികൾ മാനേജർ അപ്രൂവൽ ചെയ്തുവെച്ചിട്ടുണ്ട്.

# പത്തൊൻപത്

**ഒ**രു ഞായറാഴ്ച ഉച്ചതിരിഞ്ഞ് അതുൽ സ്വരൂപയുടെ വീട്ടിലേക്ക് നടന്നു. കുന്നിൻചരിവിന്റെ മറ്റൊരു വഴിയിലൂടെ ആളൊഴിഞ്ഞ ചെമ്മൺ ഒറ്റയടിപ്പാതയിലൂടെ അതുൽ നടന്നു. ഈ വഴിയിലൂടെ ഒരിക്കൽ സ്വരൂപ തന്നെ കൊണ്ടുപോയിട്ടുണ്ട്. രണ്ടു മണിവെയിൽ കുന്നിൻപുറത്ത് പൊള്ളിക്കിടക്കുന്നു. തലകരിഞ്ഞ ഒറ്റപ്പെട്ട തെങ്ങുകൾ കരുവാളിച്ച നിൽക്കുന്നു.

ചൊറിയണത്തിന്റെയും കമ്യൂണിസ്റ്റ് പച്ചയുടെയും ഇടയിലൂടെ മനോഹരിയായ ഒരു കുഞ്ഞുകാട്ടുപൂവ് തലയുയർത്തി നിൽക്കുന്നു. മഴക്കാലത്തെക്കുറിച്ച് അതുലിന്റെ മനസ്സ് വ്യാകുലപ്പെട്ടു. റബ്ബർത്തോട്ടത്തിനിടയിലൂടെയുള്ള കൈവഴി മറ്റൊരു വിശാലമായ ചെമ്മൺ റോഡിലേക്കു കയറുന്നു. കൈതപ്പൊന്തകൾക്കിടയിലൂടെ ഒരു ചേരപ്പാമ്പ് ശിർ...ർ... എന്ന ശബ്ദമുണ്ടാക്കി കരിയിലകൾക്കിടയിലൂടെ അടുത്ത പറമ്പിലേക്ക് ഇഴഞ്ഞു.

മിക്കവാറും സായാഹ്നനടത്തത്തിൽ സ്വരൂപയുടെ വീടിനടുത്തുള്ള ജംഗ്ഷൻ വരെ എത്തിയതിനുശേഷം തിരിച്ചു നടക്കുകയാണ് പതിവ്. ചെങ്കുത്തായ പാറക്കെട്ട് വഴി ഇറങ്ങി ഒരു വിശാലമായ തോട് കടന്നുവേണം വീട്ടിലേക്കുള്ള വഴി കയറാൻ. വർഷകാലത്ത് കുത്തിയൊലിച്ച് ആർത്തനാദത്തോടെ പായുന്ന തോട് ശോഷിച്ച് മുട്ടോളമേയുള്ളൂ. എങ്കിലും അരുവിക്കുഴി വെള്ളച്ചാട്ടം കാണാൻ ഇപ്പോഴും ടൂറിസ്റ്റുകളെത്തും. ജലത്തിന്റെ സുതാര്യമായ കണ്ണാടിയിലൂടെ സൂര്യപ്രകാശം വീഴുന്ന ചരൽക്കല്ലുകൾ കാണാം. ഉരസി ഉരസി മിനുത്ത പ്രതലങ്ങളായ

ചരൽക്കല്ലുകൾ. ഇതുകൊണ്ടായിരിക്കാം ഈ സ്ഥലത്തിന് ചരൽക്കുന്ന് എന്ന പേരുവന്നത്.

മിനി ഡാം പ്രോജക്റ്റിനുവേണ്ടി അരുവിക്കുഴി ഡാം ജലവകുപ്പ് ഏറ്റെടുത്തിട്ടുള്ളതാണ്. വെള്ളച്ചാട്ടത്തിനു മുകളിൽനിന്നും നോക്കുമ്പോൾ പാറയിൽ തട്ടി, താഴ്‌വാരത്തേക്ക് ഒലിച്ചിറങ്ങുന്ന ജലത്തിന്റെ പത രൂപപ്പെടുന്നതു കാണാം. അരുവിക്കുഴിക്ക് മുകളിൽ ചൈനീസ് ടവർ ഉയർന്നിട്ടുണ്ട്.

കോളിംഗ്ബെല്ലിൽ വിരലമർത്തി. സ്വരൂപ വന്നു വാതിൽ തുറന്നു. സ്റ്റെപ്പിലേക്ക് ചാഞ്ഞുകിടക്കുന്ന ബോൾസ് ചെടികൾക്കടുത്ത് ഷൂസ് ഊരിവെച്ച്, അകത്തേക്കു കയറി, ചുരിദാറിന്റെ ടോപ്പ് മാത്രമേ സ്വരൂപ ധരിച്ചിട്ടുള്ളൂ. പറങ്കിമാങ്ങയുടെ നിറമുള്ള തുടുത്ത കാലുകളിൽ സ്വർണ ക്കൊലുസ്. വരൂ... എന്ന് സ്വാഗതം ചെയ്ത് സ്വരൂപ അകത്തേക്ക് ഓടി. പ്രതീക്ഷിക്കാത്ത അതിഥിയെയാണ് കണ്ടതെന്ന് തീർച്ച. ചുരിദാറിന്റെ ബോട്ടം കൂടി ധരിച്ച് ഒരു ജഗ്ഗിൽ ടാങ് കലക്കിയതും കേക്കുമായി സ്വരൂപ അകത്തുനിന്നുമെത്തി. ഒരു ഉറക്കച്ചടവിൽ നിൽക്കുകയാണ് അവൾ.

കിളിക്കൂടും പൂന്തോട്ടവും നോക്കിനടന്ന് കണ്ടതിനുശേഷം വെള്ളച്ചാട്ടം കാണാൻ പാറയുടെ വിള്ളലുകളിലൂടെ സൂക്ഷിച്ചുനടന്ന് ശക്തിയോടെ ജലം വന്നടിച്ച് ചിതറുന്ന അരുവിക്കുഴിയിലേക്കിറങ്ങി. സ്വരൂപ പലപ്പോഴും അതുലിന്റെ കൈപിടിച്ച് അവൾക്ക് മാത്രം പാറകളിൽ കണ്ടെത്താൻ കഴിയുന്ന വഴികളിലൂടെ നയിച്ചാണ് താഴെ എത്തിച്ചത്. സ്ഥിരമായി കാണുന്നതുകൊണ്ടും സന്ദർശകരെ വെള്ളച്ചാട്ടം കാണിച്ചു മടുത്തതുകൊണ്ടും അവൾ വിരസഭാവത്തിലാണ്.

ടീഷർട്ടും ജീൻസും നനഞ്ഞു. കൈക്കുമ്പിളിൽ നിറയെ വെള്ളം കോരി സ്വരൂപയുടെ നേർക്കെറിഞ്ഞു. കൈപിടിച്ച് അവളെ വെള്ളച്ചാട്ടത്തിനടിയിലേക്ക് വലിച്ചിഴച്ചു. നനഞ്ഞപ്പോൾ സ്വരൂപയ്ക്ക് ദേഷ്യം വന്നു. പൊതുവേ നേർത്ത സീത്രൂവായ നീല ചുരിദാർ ശരീരത്തോട് ഒട്ടിപ്പിടിച്ചു കിടന്നു. അതുൽ സ്വരൂപയെ കെട്ടിപ്പിടിച്ചു. വെള്ളച്ചാട്ടത്തിന്റെ ശബ്ദം മാത്രം. അതുലിൽനിന്നും പെട്ടെന്നൊരാക്രമണം പ്രതീക്ഷിക്കാതിരുന്നതിനാൽ ചില നിമിഷങ്ങൾ വേണ്ടിവന്നു ഒന്നു കരഞ്ഞുതുടങ്ങാൻ. ദേഷ്യപ്പെട്ടുകൊണ്ട് പാറയുടെ അവൾക്കറിയാവുന്ന വഴികളിൽ ചവിട്ടിക്കയറി സ്വരൂപ വെള്ളച്ചാട്ടത്തിന്റെ മുകളിലെത്തി. ഒരുവിധത്തിൽ തപ്പിത്തടഞ്ഞ് മുകളിലെത്തി. വെള്ളച്ചാട്ടത്തിനിടയിലെ സംഭവത്തിനുശേഷം സ്വരൂപ രണ്ടുമൂന്നു ദിവസത്തേക്ക് അതുലിനോടു സംസാരിച്ചില്ല. പരസ്പരം മിണ്ടാതെ താഴ്‌വാരത്തേക്കുള്ള സായാഹ്നയാത്രയിൽ അവരിരുവരും ഒപ്പം നടന്നു.

എല്ലാ മാസവും ചേരാറുള്ള ക്യാമ്പ്സെന്ററിലെ മാനേജ്മെന്റ് മീറ്റിംഗിൽ അതുലിനെതിരെ രൂക്ഷവിമർശനങ്ങൾ ഉയർന്നു. മാനേജരാണ് ആരോപണങ്ങൾ മുന്നോട്ടുവെച്ചത്. ശ്രദ്ധയില്ലായ്മ, കടുത്ത ഉത്തരവാദിത്വരാഹിത്യം, വിലക്കുകൾ ലംഘിക്കാനുള്ള വാസന, റിസപ്ഷനിസ്റ്റുമായുള്ള ചങ്ങാത്തം എന്നിവയൊക്കെയായിരുന്നു ആരോപണങ്ങൾ. ഇതൊക്കെ ശരിയാണോ അതുലേ? എന്നൊരു ഭാവത്തോടെ നിഷ്കളങ്കമായി തന്നെ നോക്കി പുഞ്ചിരിക്കുന്ന ചെയർമാന് ഹോളീവുഡ് സിനിമയിലെ ടിപ്പിക്കൽ വില്ലന്റെ ഭാവമാണെന്ന് തോന്നി. മൊണാസ്ട്രിയിലെ സന്ന്യാസിമാർ രണ്ടുവർഷം മുമ്പുവരെ തട്ടിമുട്ടി നടത്തിക്കൊണ്ടുപോയിരുന്ന ഡിസ്പെൻസറികളും മറ്റു ചില ജനസേവന പ്രവർത്തനങ്ങളും നിർത്തലാക്കിയത് ഈ ചെയർമാനാണ്. ജനങ്ങളുടെ കണ്ണിൽ പൊടിയിടാനാണ് മൊണാസ്ട്രി ഇപ്പോഴും നിലനിർത്തിയിരിക്കുന്നത്. സഭയ്ക്ക് ഒരുതരം ആത്മീയ പിൻബലംപോലെ. ചെയർമാൻ സംസാരിക്കാൻ തുടങ്ങി. അതുലിന്റെ പ്രവർത്തനക്ഷമതയെക്കുറിച്ച് പുകഴ്ത്തി സംസാരിച്ചു. പിന്നീട് തെറ്റുകൾ മനുഷ്യസഹജമാണെന്നും അത് തിരുത്തി മുന്നേറാനാണ് ശ്രമിക്കേണ്ടതെന്നും പറഞ്ഞു. സിനിമ, സീരിയൽ, ഷൂട്ടിംഗിനായി ക്യാമ്പ് സെന്ററിന്റെ ഗേറ്റുകൾ തുറന്നുകൊടുത്തതും ചെയർമാന്റെ ഭരണനേതൃത്വമാണ്. ക്യാമ്പ്സെന്റർ ഇപ്പോൾ പാലിക്കുന്ന പല ഉരുക്കൻ നിയമങ്ങൾ എഴുതിയുണ്ടാക്കിയതും ചെയർമാന്റെ നേതൃത്വത്തിലുള്ള മാനേജ്മെന്റാണ്.

സ്വരൂപയുടെ വെറുപ്പിന്റെ ആഴം കുറഞ്ഞു. മാനേജ്മെന്റ് മീറ്റിംഗിലെ കാര്യങ്ങൾ കേട്ടപ്പോൾ അവൾ ചിരിച്ചു. കണ്ണുകളിൽ ഒരു പ്രണയത്തിളക്കം തിരതല്ലുന്നത് അതുൽ കണ്ടു. പിന്നീട് പിന്നീട് എല്ലാ ഞായറാഴ്ചകളിലും വെള്ളച്ചാട്ടത്തിലേക്ക് പോകുന്ന പതിവ് അവർ രൂപപ്പെടുത്തി.

മൊണാസ്ട്രിയുടെ കഥ കേൾക്കാൻ താല്പര്യം പ്രകടിപ്പിച്ചപ്പോൾ സ്വരൂപയുടെ മുത്തച്ഛൻ സ്വിസ്ബ്രൗണിന്റെ കഥ തന്നെയാണ് എടുത്തിട്ടത്. രണ്ടര ചക്രത്തിനാണ് അന്നതിനെ വാങ്ങിയത്. സന്ന്യാസിമാർ വളർത്തിയതുകൊണ്ടാവാം. എന്തൊരു ഐശ്വര്യമായിരുന്നു അതിന്റെ മുഖത്ത്. ഇവളുടെ അച്ഛനും കൊച്ചച്ഛനും ഒക്കെ ആ പശുവിന്റെ പാലുകുടിച്ചാണ് വളർന്നത്.

സ്വരൂപയുടെ മുത്തച്ഛൻ കഥകളിലേക്ക് പ്രവേശിച്ചു. ക്രാഫ്റ്റ് ക്ലാസുകളും തയ്യൽപരിശീലനങ്ങളും ഇവിടെയുള്ള സ്ത്രീകൾക്കുവേണ്ടി കന്യാസ്ത്രീമഠത്തിൽ നടത്തിയിരുന്നു. രണ്ട് സിസ്റ്റർമാർ ആത്മഹത്യ ചെയ്തതോടെയാണ് സഭ അങ്ങനെയൊരു തീരുമാനമെടുത്തതുപോലും. ലെ

സ്ബിയൻ അനുരാഗമായിരുന്നു സിസ്റ്റർ ഏഞ്ചലും സിസ്റ്റർ നിർമ്മലയും തമ്മിൽ.

ചരൽക്കുന്ന് ബസ്സ്റ്റോപ്പിൽ മലമ്പാതയെ ചുറ്റിവരുന്ന ഏക ബസ്സിനായി അവർ കാത്തുനിൽക്കുന്നത് ഒരു കാഴ്ച തന്നെയായിരുന്നു.

തുമ്പപ്പൂപോലെ വെളുത്ത, സുന്ദരികളായ ആ കന്യാസ്ത്രീകളെ ഇപ്പോഴും മുന്നിൽ കാണുന്നതുപോലെ സ്വരൂപയുടെ മുഖം പ്രകാശിതമായി.

ഡിസ്പെൻസറിയിലും റോഡിലും തയ്യൽ കേന്ദ്രത്തിലും എവിടെയും അവർ ഒരുമിച്ചാണ് നടന്നിരുന്നത്. രണ്ടുപേർക്കും തമ്മിൽ എപ്പോഴും നൂറായിരം കാര്യങ്ങൾ സംസാരിക്കാനുണ്ടായിരുന്നു. അവർ നടന്നുപോകുമ്പോൾ ഈ സൗന്ദര്യം കരിങ്കൽഭിത്തിക്കുള്ളിൽ തീർന്നു പോവുകയാണല്ലോ എന്ന് ഞങ്ങൾ അടക്കം പറയുമായിരുന്നു. തിരുവല്ലായിൽനിന്നും ഡിസ്പെൻസറിയിൽ എല്ലാ ശനിയാഴ്ചയുമെത്തുന്ന പോത്തൻ ഡോക്ടറെ അസിസ്റ്റ് ചെയ്യുന്നത് അവർ രണ്ടുപേരുമായിരുന്നു. രോഗമൊന്നുമില്ലെങ്കിലും ചരൽക്കുന്നിലെ ചെറുപ്പക്കാർ ഡിസ്പെൻസറിയിൽ വട്ടം ചുറ്റിനടന്നു. കൂട്ടത്തിൽ മിടുക്കൻമാർ തങ്ങളുടെ പ്രണയത്തെ പ്രഖ്യാപിക്കാനും മറന്നില്ല. ഒരു സുപ്രഭാതത്തിൽ രണ്ടുപേരും കെട്ടിപ്പിടിച്ചുകൊണ്ട് മഠത്തിൽ മരിച്ചു കിടക്കുന്നതാണ് കണ്ടത്.

നണ്ണറിയുടെ കഥ കുറച്ചുകൂടി ആഴത്തിൽ ഡേവിഡിൽനിന്നും അതുൽ മനസ്സിലാക്കി. സിസ്റ്റർമാർ തമ്മിൽ സ്നേഹബന്ധമുണ്ടായിരുന്നെന്ന് ഡേവിഡും പറഞ്ഞു. കുന്നിൻമുകളിൽ രണ്ടു പൂമ്പാറ്റകളെപ്പോലെ അവർ പറന്നു നടക്കുകയായിരുന്നു. ആത്മഹത്യ ചെയ്യുന്നതിന്റെ തലേദിവസം വരെ ഡേവിഡിനോട് സംസാരിക്കുക പോലും ചെയ്തിരുന്നു. ദുരൂഹമായ അത്തരമൊരു ആത്മഹത്യയെപ്പറ്റി പറയുമ്പോൾ ഡേവിഡിന്റെ മുഖത്ത് ഒരുതരം കയ്പ്പ് നിറഞ്ഞു നിന്നിരുന്നു.

ഡേവിഡ് പറഞ്ഞ കഥയിൽ സിസ്റ്റർ ഏഞ്ചലും നിർമ്മലയും ചങ്ങനാശ്ശേരിയിൽ നിന്നുമാണ് യേശുക്രിസ്തുവിന്റെ തിരുമണവാട്ടികളാകുന്ന തീരുമാനവുമായി മഠത്തിലെത്തിയത്. ഇരുപത്തിരണ്ട് കിലോമീറ്റർ അപ്പുറമുള്ള കോളേജിൽ രണ്ടു പേരെയും ഇംഗ്ലീഷ് സാഹിത്യം പഠിക്കാൻ ചേർത്തതും അവർ തന്നെയാണ്. ചാരനിറമുള്ള തിരുവസ്ത്രം ധരിച്ച് ലിറ്ററേച്ചർ ക്ലാസിൽ അവർ കീറ്റ്സും ഷെല്ലിയും പഠിച്ചു. സോഫോയുടെ കവിതകൾ സിസ്റ്റർമാരിൽ അമ്പരപ്പുളവാക്കി. കാറ്റ് മരച്ചില്ലകളെ ഉലയ്ക്കുന്ന ഡിസംബർ രാത്രികളിൽ സോഫോ കവിതകൾ അവരെ ഉന്മാദം കൊള്ളിച്ചു. കോളേജിൽ പോയതിൽ പിന്നീടാണ് സിസ്റ്റർമാർക്ക് ഇങ്ങനെയൊരു മാറ്റം വന്നതെന്നാണ് ഡേവിഡ് വിശ്വസിക്കുന്നത്.

ക്യാമ്പ്സെന്ററിന്റെ പഴയൊരു ആൽബത്തിൽ സിസ്റ്റർ ഏഞ്ചലിനെയും നിർമ്മലയെയും അതുൽ കണ്ടെത്തി. ബ്ലാക്ക് ആൻഡ് വൈറ്റ്

ഫോട്ടോഗ്രാഫിയുടെ ഒരു ഉജ്ജ്വലചിത്രമായിരുന്നു അത്. ഫോട്ടോയ്ക്കുള്ളിൽനിന്ന് അവർ ജീവൻ വച്ച് പുറത്തേക്കുവരുമെന്ന് തോന്നും. അത്രയ്ക്ക് സജീവതയുള്ളതാണ് ആ ഫോട്ടോഗ്രാഫ്. സ്വരൂപയുടെ സൗന്ദര്യത്തെപ്പറ്റി പറഞ്ഞത് ശരിതന്നെയാണ്. നോക്കുന്തോറും ആഴംതോന്നുന്ന കണ്ണുകളാണ് സിസ്റ്റർ നിർമ്മലയുടേത്. ഒരു നനുത്ത മേൽമീശ സിസ്റ്റർ ഏഞ്ചലിന് ഒരു പ്രത്യേകതരം സൗന്ദര്യം പകരുന്നു. ആൽബത്തിൽനിന്ന് അതുൽ ആ ഫോട്ടോഗ്രാഫ് ഇളക്കിയെടുത്തു. ഒരു ദിവസം ക്യാമ്പ്സെന്ററിന്റെ പിന്നിലെ വൻകൊല്ലിയുടെ മുന്നിൽ രണ്ടുപേരും കൂടി നിൽക്കുന്നത് ഡേവിഡ് കണ്ടുപിടിച്ചു. കൊല്ലിയുടെ അഗാധതയിലേക്ക് നോക്കി എന്തൊക്കെയോ സംസാരിച്ചുകൊണ്ടുനിൽക്കുന്നു. സാധാരണ ഡേവിഡിനെ കാണുമ്പോൾ എന്തെങ്കിലും കുശലങ്ങൾ ചോദിക്കുന്ന രണ്ടുപേരും അന്നൊരു പ്രത്യേകതരം മുഖഭാവത്തോടെ നിൽക്കുന്നതാണ് കണ്ടത്. കാറ്റ് റബ്ബർ ചില്ലകളെ ഉലച്ച് വല്ലാത്തൊരു അന്തരീക്ഷത്തിൽ വില്ലുപോലെ റബ്ബർമരങ്ങളെ ഉലച്ചു. ആത്മഹത്യയ്ക്കും രണ്ടാഴ്ച മുമ്പാണ് ഡേവിഡ് സിസ്റ്റേഴ്സിനെ അവസാനമായി കണ്ടത്. ക്യാമ്പ് സെന്ററിന്റെയും കന്യാസ്ത്രീമഠത്തിന്റെയും കരിങ്കൽ ചുമരുകൾ കടന്ന് ഏതെങ്കിലും സ്ഥലത്തുപോയി സ്വസ്ഥമായി ജീവിക്കാൻ അവർ ആഗ്രഹിച്ചിരുന്നിരിക്കണം.

രാത്രികളിൽ അതുൽ വെളുത്ത സ്വപ്നങ്ങളുടേതായ വിലോഭനീയമായ ആകർഷണം നേടിയ കന്യാസ്ത്രീകളെ സ്വപ്നം കണ്ടു. ഒന്നുരണ്ടു പേരല്ല. കന്യാസ്ത്രീകൾ ഒരു സംഘം തന്നെയുണ്ട്. ചാരനിറമുള്ള ഗൗണുകൾ ധരിച്ച വെളുത്തുവിളറിയ മുഖത്ത് കറുത്ത കണ്ണുകളുമായി അവർ താഴ്വാരത്തേക്ക് നോക്കി കൽബെഞ്ചിൽ ഇരിക്കുകയാണ്. ചുരം കയറിയെത്തുന്ന നനുത്ത കാറ്റ് അവരുടെ മുടിയിഴകളെ ഉലയ്ക്കുന്നുണ്ട്. എന്തൊക്കെയോ പറഞ്ഞ് ചിരിക്കുകയാണ്. പെട്ടെന്നാണ് മഞ്ഞ് മൂടിയത്. മഞ്ഞിന്റെ ധവളിമയ്ക്കുള്ളിലേക്ക് അവർ ഓരോരുത്തരായി കയറിപ്പോന്നു. മഞ്ഞിന്റെ ഉള്ളിലേക്ക് അവർ നഷ്ടപ്പെട്ടു.

# ഇരുപത്

**ഫാ**ദർ ഓംശ്ശുന്യയെ തേടി ഗ്രന്ഥപ്പുരയുടെ ഭാഗത്തേക്ക് നടക്കുകയായിരുന്നു അതുൽ. ക്യാമ്പ്സെന്ററിന്റെ കെട്ടിടങ്ങൾ ആധുനിക കെട്ടിടനിർമ്മാണ രീതിയുടെ മനോഹാരിതയോടും സൗന്ദര്യത്തോടുംകൂടി നിലനിൽക്കുമ്പോൾ മൊണാസ്ട്രി കരിങ്കൽപ്പാളികളിൽ തീർത്ത പഴയ ഗോഥിക് ശില്പകലാനിർമ്മിതിയാണ്. ഗ്രന്ഥശാലയും അങ്ങനെ തന്നെയാണ്.

തിരുവല്ല കേന്ദ്രമാക്കി പ്രവർത്തിക്കുന്ന ഒരു ആഗോള ഗോസ്പൽ സഭയുടെ 'ബ്ലെസിംഗ് ഫെസ്റ്റ്' കഴിഞ്ഞതിന്റെ ക്ഷീണത്തിൽ കിടക്കുകയാണ് ആശ്രമപരിസരം. ബ്ലെസിംഗ് ഫെസ്റ്റിന് വന്നവർ ഉപേക്ഷിച്ചുപോയ കടലാസുകളും പ്ലാസ്റ്റിക് കുപ്പികളും പുൽത്തകിടിയിൽ ചിതറിക്കിടക്കുന്നുണ്ട്. ചെയർമാന് ഷെയറുണ്ടെന്ന് പറയപ്പെടുന്ന ഗോസ്പൽ സഭയാണ്. അങ്ങനെയൊരു കിംവദന്തിക്ക് അടിസ്ഥാനമൊന്നുമില്ല. അതുൽ ഗ്രന്ഥപ്പുരയിലെത്തി. ഫാദർ ഓംശ്ശുന്യയുടെ സ്ഥിരം ഇരിപ്പിടത്തിൽ നോക്കിയപ്പോൾ അവിടം ശൂന്യമാണ്.

ചുരുളുകളുടെ പ്രാചീനശേഖരത്തിനടുത്തിരുന്ന് ലെൻസുകൊണ്ട് ഇുകൽ ചുരുളുകൾ പരിശോധിക്കുന്ന ഒരു കന്യാസ്ത്രീയെ കണ്ടു. കാഴ്ചയ്ക്ക് എതിർവശമാണ് അവരുടെ മുഖം. ശിരോവസ്ത്രം ധരിച്ചിരിക്കുന്നതുകൊണ്ട് ആരാണെന്ന് വ്യക്തമാകുന്നില്ല. ഫാദർ ഓംശ്ശുന്യ ഒരുപക്ഷേ, തോട്ടത്തിൽ കാണും. ഡേവിഡിനൊപ്പം പഴത്തോട്ടത്തിൽ ജോലികളിൽ വ്യാപൃതനായിരിക്കും ഫാദർ. ലൈബ്രറിയിൽനിന്ന് പുറത്തേക്ക് ഇറ

ഞാൻ തുടങ്ങുമ്പോഴാണ് ചുരുൾകെട്ടിന് മുന്നിലിരുന്ന കന്യാസ്ത്രീ തിരിഞ്ഞുനോക്കിയത്. സിസ്റ്റർ ജാസ്മിൻ.

അതുലിനെ ആ കണ്ണുകൾ കണ്ടു.

എന്തിലോ ആശങ്കപ്പെട്ട് നിൽക്കുകയാണെന്ന് തോന്നി. അതുലിന്റെ ചിന്താധാരകൾ എപ്പോഴും ആകുലതകളുടേതാണ്. മൊണാസ്റ്ററിയും ക്യാമ്പ്സെന്ററും ആ ചെറുപ്പക്കാരന് പരിചയമില്ലാത്ത ഒരു ലോകം സമ്മാനിക്കുന്നതായി തനിക്കു തോന്നുന്നു. അരാമ്യഭാഷയിലുള്ള തുകൽച്ചുരുളുകൾ ഭദ്രമായി ഗ്രന്ഥശാലയിലെ അലമാരയിലേക്ക് റൗണ്ട് കേസിലിട്ട് വെച്ചശേഷം സിസ്റ്റർ ജാസ്മിൻ അങ്ങനെ ചിന്തിച്ചുകൊണ്ട് എഴുന്നേറ്റു.

"ഹായ് അതുൽ!"

"അല്ല... സിസ്റ്ററായിരുന്നോ അത്... തുകൽച്ചുരുളുകൾ നോക്കിയിരിക്കുന്നതു കണ്ടു."

"കഴിഞ്ഞ ദിവസത്തെ വേദപഠനക്ലാസിൽ സിസ്റ്റർ മാർഗരറ്റ് ഈ ചുരുളുകളെപ്പറ്റി പറഞ്ഞിരുന്നു. അതൊന്ന് പരിശോധിക്കാൻ വേണ്ടി വന്നതാ..."

"തെറാപ്പി സെഷൻ നന്നായിരുന്നു കേട്ടോ... സിസ്റ്റർ കാതറിന് എന്താണ് സംഭവിച്ചത്....?"

"അതുൽ.... ഇത്തരം സെഷനിൽ ആദ്യമായി പങ്കെടുക്കുന്നതുകൊണ്ടാവാം ഈ അന്ധാളിപ്പ്. ഇതൊക്കെ സാധാരണമാണ്. ആളുകൾ അവരുടെ നെഗറ്റിവിറ്റി പല രൂപത്തിലാവും പുറത്തേക്ക് ഒഴുക്കിവിടുക... ഒരു തെറാപ്പിസ്റ്റ് അതെല്ലാം ഉൾക്കൊള്ളാൻ തയ്യാറായിരിക്കണം. അതുലിന് തെറാപ്പി ആവശ്യമുണ്ടെന്ന് പലപ്പോഴും എനിക്ക് തോന്നാറുണ്ട്."

അതുൽ ചിരിക്കാൻ ശ്രമിച്ചു.

"ഏയ്... ചിരിക്കാൻ പറഞ്ഞതല്ല. യൂ നീഡ് എ പർഗേഷൻ... ശരിക്കും പറഞ്ഞാൽ ഒരു ഹീലിംഗ് തനിക്ക് ആവശ്യമാണെന്ന് എനിക്ക് തോന്നുന്നു."

അതുൽ തലയാട്ടി.

"എങ്കിൽ ഇപ്പോൾ ചെയ്താലോ...?"

സിസ്റ്റർ ജാസ്മിൻ പെട്ടെന്ന് ചോദിച്ചു.

"ഇപ്പോഴോ...?"

അതുൽ ചോദിച്ചു.

"അതെ..."

അതിവിശുദ്ധമായി കരുതുന്ന ഇടമായ ആവൃതിയിലേക്ക് ഇരുവരും

നടന്നു. വഴിയുടെ ഇരുവശവുമുള്ള കുറ്റിക്കാട്ടിൽ മഞ്ഞചിത്രശലഭങ്ങൾ തു ള്ളിക്കളിക്കുന്നുണ്ട്.

ചരൽക്കുന്നിലെ പച്ചക്കുന്നുകൾക്കിടയിൽ ധാരാളം ചിത്രശലഭങ്ങ ളുണ്ട്.

"ഹ്രസ്വമായ ശലഭജീവിതം പലപ്പോഴും ഭൂമിയിലെ അമൂല്യമായ, സുന്ദരമായ കാഴ്ചകളാണ്."

സിസ്റ്റർ ജാസ്മിൻ കാട്ടുവഴിയിലൂടെ നടക്കുന്നതിനിടയിൽ പറഞ്ഞു.

"ഉം..."

അതുൽ മൂളി.

"സത്യത്തിൽ ഹ്രസ്വമായ ജീവിതത്തിനാണ് സൗന്ദര്യം... ആ പൂക്കളെ നോക്കു... എത്ര പരിശുദ്ധമാണത്... മൊട്ടിടുന്നു... വിടരുന്നു... പൊഴിയുന്നു... എത്ര മനോഹരം...ഉദാത്തം..."

കാട്ടുവഴി കടന്ന് മരങ്ങൾക്കിടയിലൂടെ മൊണാസ്ട്രിയുടെ മുഖപ്പ് പ്ര ത്യക്ഷമായി. മരങ്ങൾ കാറ്റിൽ ആടുന്നു. ചില്ലകൾ വിടരുന്നു. ക്യാമ്പ്സെ ന്ററിന്റെ എടുപ്പുകൾ പിന്നിട്ട് ഈ ഭാഗത്തേക്കുവരുമ്പോൾ ഒരു വല്ലാത്ത ശാന്തത തനിക്ക് അനുഭവപ്പെടുന്നതായി അതുലിന് പലപ്പോഴും തോന്നി യിട്ടുണ്ട്. നിലാവുള്ള രാത്രികളിൽ ഡേവിഡിനൊപ്പം പലപ്പോഴും വഴി ത്താരകളിലൂടെ ചരൽക്കുന്നിലൂടെ സഞ്ചരിക്കാറുണ്ട്. പൂർണ്ണപൗർണ്ണമി യുടെ രാത്രി ചുറ്റിനടക്കുന്നതിനിടയിൽ മൊണാസ്ട്രിയുടെ ആശ്രമത്തിന് മുകളിൽ ഫാദർ ഓംശൂന്യ ധ്യാനത്തിലിരിക്കുന്നത് കണ്ട് പേടിച്ചിട്ടുണ്ട്.

ആവൃതിയിലേക്ക് സിസ്റ്റർ ജാസ്മിൻ നയിച്ചു.

താനെന്താണ് ഈ മൊണാസ്ട്രിയിൽ അന്വേഷിക്കുന്നത്? ക്യാ മ്പ്സെന്റർ ചെയർമാനെയും മാനേജരെയും സഭയുടെ അധികാരിക ളെയും സഹായിക്കുക എന്നതല്ലേ തന്റെ കർത്തവ്യം... ദുരൂഹമായ വഴികളിലേക്ക് എത്തിനോക്കുന്നത് ഒരു പ്രൊഫഷണലിനെ സംബ ന്ധിച്ചിടത്തോളം തികച്ചും അനാവശ്യമാണ്. ഏതു പ്രതിസന്ധിയിലും ശരിയായ മാർഗം ഉപദേശിക്കാൻ കഴിയുന്ന സന്ന്യസ്ത സമൂഹം ചരൽക്കു ന്നിന് കാവൽ നിൽക്കുമ്പോൾ തന്റെ സംശയങ്ങൾ അസ്ഥാനത്താണ്. വിശ്വാസത്തെ ചൂഷണം ചെയ്യുന്നതാണ് ഏറ്റവും വലിയ പാപം.

ചെയർമാന്റെ ദുരൂഹമായ പദ്ധതികൾക്ക് ഫാദർ ഓംശൂന്യയുടെ പിന്തുണയുണ്ടോ? അതുലിന്റെ മനസ്സിൽ ചിന്തകൾ പെരുകി. കുറച്ചുനാ ളായി ഉറക്കമില്ല. സന്ധ്യയിങ്കൽ കരച്ചിൽ വന്നു രാപാർക്കുന്നു എന്ന ബൈബിൾ വചനം പോലെയാണ് രാത്രികൾ. ഏതു പാപത്തിന്റെ ഫലമാണിത്? ഈ പാപത്തിന്റെ ഉറവിടം എവിടെ? ഒരുപക്ഷേ, ജീവി തത്തെ രൂപപ്പെടുത്തുന്ന ദർശനങ്ങളുടെ അഭാവത്തിൽ താൻ സൃഷ്ടിച്ചെ

ടുത്ത മായിക സങ്കല്പങ്ങളാണോ ഇതെല്ലാം? ബാംഗ്ലൂരിലെ തിരക്കേറിയ കമ്പ്യൂട്ടർ ജീവിതത്തിൽനിന്നും ചരൽക്കുന്നിന്റെ പ്രശാന്തിയിലേക്കുള്ള വരവ് മനസ്സിനെ പരിവർത്തനപ്പെടുത്തുമെന്ന് കരുതിയതാണ്. കാലടി പതിഞ്ഞ് പാത രൂപപ്പെടുന്നതുപോലെ സ്വന്തം പാതയിൽ സൃഷ്ടിക്കുന്ന ഒരു പുതുചരിത്രം രചിക്കാൻ വന്നവൻ. നിസ്സഹായനാണ്. സഭയും അധികാരവും രാഷ്ട്രീയവും കൈകോർക്കുന്ന അവിശുദ്ധമായ കൂട്ടായ്മയിലാണ് ആത്മീയതയുടെ കച്ചവടം പെരുകുന്നത്.

"അതുൽ എന്താ ചിന്തിക്കുന്നത്...?"

ആവൃതിയിൽ ധ്യാനത്തിൽ നിന്നുണർന്ന സിസ്റ്റർ ജാസ്മിൻ ചോദിച്ചു.

സിസ്റ്റർ ജാസ്മിൻ തിരുവസ്ത്രമഴിച്ച് തെറാപ്പി സെഷനിൽ ധരിക്കുന്ന ഹീലിംഗ് വസ്ത്രമായ ചുവന്ന വസ്ത്രം ധരിച്ചിട്ടുണ്ട്.

"ഏയ്... ഒന്നുമില്ല... സിസ്റ്റർ..."

അതുൽ മനസ്സിലുള്ളത്, തന്നെ മഥിക്കുന്ന ചിന്തകൾ പങ്കുവെയ്ക്കാൻ മടിച്ചു.

സിസ്റ്റർ ജാസ്മിൻ വളരെ മൃദുവായി ഒരു മന്ത്രം ചൊല്ലി. ചരൽക്കുന്നിലെ മരച്ചില്ലകളിൽ കാറ്റ് പടർന്നു.

സിസ്റ്റർ ജാസ്മിനോട് എല്ലാം തുറന്നുപറയണമെന്ന് അതുലിന് തോന്നി. ബാല്യകാലം മുതൽ ഈ നിമിഷംവരെയുള്ള തന്റെ ജീവിതത്തിലെ പേടികൾ, ആശങ്കകൾ, ആത്മഹത്യാശ്രമങ്ങൾ, മൊണാസ്റ്റിയെ ഗ്രസിക്കാൻ പോകുന്ന വിപത്ത് എല്ലാം അതുൽ തുറന്ന് പറഞ്ഞു. ആദ്യമായാണ് ഒരാളുടെ മുമ്പിൽ മനസ്സ് തുറക്കുന്നത്.

'നീയെന്നോടു കേട്ടതെല്ലാം മറ്റുള്ളവരെ ഭരമേൽപ്പിക്കുക' എന്ന ബൈബിൾവചനം സിസ്റ്റർ ജാസ്മിന്റെ ചുണ്ടുകളിൽനിന്നും വിടർന്നു. അതുൽ മാനസികവും ശാരീരികവുമായി ക്ഷീണിച്ചിട്ടുണ്ട്. സിസ്റ്റർ മനസ്സിലാക്കി. പൊതുസമൂഹത്തിൽനിന്നും പ്രത്യേക പരിശീലനം സിദ്ധിക്കാതെ ഒരാൾക്കും അത്ര എളുപ്പത്തിൽ മൊണാസ്റ്റി ജീവിതത്തിലേക്കു കടന്നുവരാൻ കഴിയില്ല. സിനഡ് നടത്തുന്ന, വർഷങ്ങൾ നീളുന്ന ചിട്ടയായ പരിശീലനത്തിലൂടെ കടന്നുവരുന്നവരാണ് സന്ന്യസ്ത സമൂഹത്തിന്റെ സേവനപാതയിലേക്ക് എത്തിച്ചേരുന്നത്.

അതുലിനെ നോക്കിയിരിക്കുമ്പോൾ വല്ലാത്ത സഹതാപം തോന്നുന്നു. അതുൽ കരയുകയായിരുന്നു. ആവൃതിയിലെ മരച്ചില്ലകളിൽ മന്ത്രണംപോലെ ഇലകളെ മൃദുവായി വിറപ്പിച്ച് കുളിർതെന്നൽ കടന്നുപോയി.

സിസ്റ്റർ ജാസ്മിൻ അതുലിരിക്കുന്ന കരിങ്കൽ ബെഞ്ചിനടുത്ത് ചേർന്നിരുന്നു. അവന്റെ മുടിയിൽ തലോടി. മടിയിലേക്ക് അതുലിനെ സ്വീകരിച്ചു. അതുൽ കരയുകയായിരുന്നു.

അമ്മയെ കാണുന്ന കുട്ടിയെപ്പോലെ അതുൽ ആ മടിയിൽ ആശ്വാസം കണ്ടെത്തി. അമ്മമണം നുകരാനുള്ള കൊതിപോലെ അതുലിന്റെ മുഖം സിസ്റ്റർ ജാസ്മിന്റെ മാറിൽ ചേർന്നു. വിശുദ്ധമണംപോലെ വസ്ത്രത്തിൽനിന്നും നറുമണം പടരുന്നു. തന്റെയുള്ളിൽ ആദിമചോദന പോലെ എന്തോ ഒന്ന് സംഭവിക്കുന്നതായി അതുലിന് തോന്നി. ചുവന്ന വസ്ത്രത്തിനുള്ളിൽ സ്തനങ്ങൾ ദൃഢമാവുന്നത് സിസ്റ്റർ ജാസ്മിനും അറിയുന്നുണ്ടായിരുന്നു. അതുൽ മെല്ലെ മെല്ലെ സിസ്റ്റർ ജാസ്മിന്റെ മാർവിടത്തിൽ മുഖം ചേർത്തു. കുഞ്ഞിന് മുല നൽകുംപോലെ വാത്സല്യത്തിന്റെ മധുരചുരത്തലിൽ സിസ്റ്റർ മേൽവസ്ത്രം അനാവൃതമാക്കി അതുലിനെ ചേർത്തുപിടിച്ചു.

ചരൽക്കുന്നിലെ മരങ്ങളിൽ എങ്ങുനിന്നോ വന്ന കാറ്റ് പെട്ടെന്ന് ബഹളം കൂട്ടുന്നതുപോലെ.

ആദിമ പൗരുഷത്തിന്റെയും ആദിമ സ്ത്രീത്വത്തിന്റെയും ആദിമപാപത്തിന്റെയും ചോദനകളാൽ ഇരുശരീരവും പ്രകൃതിയുടെ വിളിയിലേക്ക് ആഴ്ന്നുപോവുകയായിരുന്നു. ക്യാമ്പ്സെന്ററില്ല, മൊണാസ്ട്രിയില്ല... സ്ത്രീയും പുരുഷനും പ്രകൃതിയും മാത്രം നിലനിൽക്കുന്ന ജീവിതത്തിന്റെയും മരണത്തിന്റെയും രതിയെന്ന സത്യത്തിലേക്ക് അതുലും സിസ്റ്റർ ജാസ്മിനും ആഴ്ന്നിറങ്ങി. മരക്കൂട്ടങ്ങൾ അവരുടെ നഗ്നതയെ മറച്ചുപിടിക്കുന്നുണ്ടായിരുന്നു. കരിങ്കൽപ്പാളിയിൽ നഗ്നയായി കിടക്കുന്ന സിസ്റ്റർ ജാസ്മിനിലേക്ക് അതുൽ ആഴ്ന്നിറങ്ങി. ഉടൽനൃത്തം പോലെ ആവൃതിയിലെ മരങ്ങൾ ചുറ്റും നൃത്തം ചെയ്തു.

# ഇരുപത്തൊന്ന്

**ക്യാ**മ്പില്ലാത്ത ദിവസങ്ങളിൽ സിനിമ, സീരിയൽ ആൽബം ഷൂട്ടിംഗിനായി ക്യാമ്പ്സെന്റർ തുറന്നുകൊടുക്കാറുണ്ട്. ഒരു സിനിമയുടെ പാട്ടുസീൻ ചിത്രീകരിച്ചതിനുശേഷം മാനേജർ സിനിമയ്ക്കുവേണ്ടി ക്യാമ്പ്സെന്റർ വിട്ടുകൊടുക്കുന്നത് നിരോധിച്ചിരുന്നു. പ്രധാനമായും ചെയർമാന്റെ ചാനലിലെ സംഗീത പ്രോഗ്രാമുകളുടെ ഷൂട്ടിംഗാണ് കൂടുതലും ക്യാമ്പ്സെന്ററിൽ നടക്കാറുള്ളത്. രണ്ടുദിവസത്തെ ആൽബം ഷൂട്ടിംഗിനായാണ് ഇത്തവണ ക്യാമ്പ്സെന്റർ തുറന്നുകൊടുത്തത്.

താഴ്വാരത്തെ റോഡിൽ നിന്നായിരുന്നു ഷൂട്ടിംഗ് തുടങ്ങിയത്. ബൈക്കിൽ റോഡിലൂടെ വരുന്ന നായകൻ അവിചാരിതമായി കാമുകിയെ കണ്ടെത്തുന്നു. അവളിൽ പെട്ടെന്ന് ആകൃഷ്ടനാകുന്ന കാമുകൻ. ലൗ അറ്റ് ഫസ്റ്റ് സൈറ്റ്. അവൾ പെട്ടെന്ന് ക്യാമ്പ്സെന്ററിലേക്ക് അപ്രത്യക്ഷയാകുന്നു. വിരഹാർത്തനായ കാമുകൻ കാമുകിയെ തിരഞ്ഞ് അവശനായി കുന്നിൻമുകളിലെത്തുന്നു. താഴ്വാരത്തേക്ക് നോക്കി കൽബെഞ്ചിൽ ഏതോ വിദൂരസ്മരണയിൽ നഷ്ടപ്പെട്ടവളെപ്പോലെയിരിക്കുന്ന കാമുകിയെ അവൻ കണ്ടെത്തുന്നു. ഇംഗ്ലീഷ് റൊമാന്റിക് ക്ലാസിക്കുകളിലെ നായികയുടെ രൂപഭാവങ്ങളാണ് അവൾക്ക്. ഫ്രോക്കും കോട്ടുമാണ് വേഷം. മൊണാസ്ട്രിയുടെ ഒന്നുരണ്ട് പടവുകളിൽ വെച്ചും ആൽബം ചിത്രീകരിക്കാൻ അവർ മുതിർന്നു.

ചെയർമാന്റെ ചാനൽ അദ്ദേഹത്തിന്റെ രാഷ്ട്രീയപ്പാർട്ടിയെപ്പോലെ റബ്ബർ മേഖലയിൽ നന്നായി സ്വാധീനമുള്ള ഒന്നായിരുന്നു. ക്രൂ ഇപ്പോൾ ഷൂട്ടിംഗ് കഴിഞ്ഞ് വിശ്രമിക്കുകയാണ്. അതുലിന്റെ മൊബൈൽ റിംഗ്

ചെയ്തു. അമ്മയാണ്. ധാരാളം കുട്ടികളെ കണ്ടിട്ടുണ്ടെങ്കിലും അതുലിന്റെ അമ്മയ്ക്ക് അവനിപ്പോഴും കുട്ടി തന്നെയാണ്.

വീട്ടിൽ ചെന്നാൽ തലയിൽ എണ്ണ തേച്ച് തരും. ശ്രദ്ധയില്ലാതെ വളരുന്ന മുടിയെപ്പറ്റി വഴക്കുണ്ടാക്കി ഉടനെതന്നെ ബാർബറെ വിളിച്ചു വരുത്തുന്നു. നാട്ടിൽ ഇപ്പോഴും ആൾക്കാരുടെ വീട്ടിൽപോയി തലമുടി വെട്ടുന്ന 'കുട്ടപ്പൻ' എന്നയാൾ അതുലിനൊരു അത്ഭുതമായിരുന്നു. ഒരു പനാമ സിഗററ്റിന്റെ മണത്തോടെ ബ്രഷുപോലെ കൂർത്തു നിൽക്കുന്ന മേൽമീശയ്ക്കിടയിലൂടെ രസികൻ മുഖഭാവത്തോടെയാണ് കുട്ടപ്പൻ ബാർബർ മുടി വെട്ടുന്നത്.

തലയുടെ പിൻപുറത്തും ചെവികൾക്കിടയിലും ചോരപ്പാടുവീണ് നേരിയ മുറിവുകൾ ഉറപ്പുതന്നെയാണ്. തലമുടി വെട്ടിക്കഴിഞ്ഞ് കണ്ണാടിയിൽ നോക്കുമ്പോൾ സങ്കടം വരും. അതുലിന്റെ പപ്പ അവരെ ഉപേക്ഷിച്ച് മറ്റൊരു സ്ത്രീയോടൊപ്പം ആ നാട്ടിൽത്തന്നെ ജീവിതമാരംഭിക്കുമ്പോൾ അമ്മ കാണിച്ച ധൈര്യത്തെപ്പറ്റി കുടുംബത്തിലെ സ്ത്രീകൾ പറയാറുണ്ട്. അതുകൊണ്ടുതന്നെ അമ്മയുടെ സ്നേഹലാളന കൾക്ക് അതുൽ നിന്നുകൊടുക്കുകയാണ് പതിവ്, നാട്ടുവിശേഷങ്ങളും വീട്ടുവിശേഷങ്ങളും തിരക്കിയതിനുശേഷം അതുൽ കോൾ കട്ട് ചെയ്തു.

ഒരിക്കൽ മൊണാസ്ട്രിയിലേക്ക് നടത്തിയ ഗൂഢയാത്ര ഒന്നുകൂടി പുനരാരംഭിക്കണമെന്ന് അതുൽ ചിന്തിച്ചു തുടങ്ങി. ബെഡിൽ കിടന്നു കൊണ്ട് മാവിൻചില്ലകൾക്കിടയിലൂടെ കാണാവുന്ന മൊണാസ്ട്രിയുടെ ഗോപുരം അടങ്ങാത്ത ആവേശമായി മനസ്സിലുണ്ടായി. ഉടൻതന്നെ വീണ്ടുവിചാരവും തുടങ്ങി. എന്തായിരിക്കും ആ മൊണാസ്ട്രിയിൽ താൻ തേടുന്നത്! എല്ലുംതോലുമായ താടി നീട്ടിവളർത്തിയ സന്ന്യാസിമാർ വായനയും പഠനവുമായി മുറികളിൽ തപസ്സുചെയ്യുന്നത് കാണാൻ കഴിയും എന്നല്ലാതെ മറ്റൊരു പ്രത്യേകതയും ഈ മൊണാസ്ട്രിക്കില്ല. സ്വരൂപയുടെ മുത്തച്ഛനും ഡേവിഡും മൊണാസ്ട്രിയിലെ അത്ഭുതങ്ങളെപ്പറ്റി പറഞ്ഞ കഥകളിൽ ഏറെയും വിശ്വസിക്കാൻ തോന്നാത്തതാണ്. പക്ഷേ, ഭാവനയുള്ളവർക്കുപോലും ആ കഥകൾ അത്ര പെട്ടെന്ന് സൃഷ്ടിക്കാൻ കഴിയില്ല. വാമൊഴിയായി പകർന്നുവന്ന ആ കഥകളിൽ സത്യത്തിന്റെ ഒരംശം കാണുമായിരിക്കാം.

ഡേവിഡ് പറഞ്ഞ കഥകളിൽ കള്ളന്റെ കഥയാണ് അതുലിന് ഏറെ ഇഷ്ടപ്പെട്ടത്. ഒരിക്കൽ മൊണാസ്ട്രിയിൽ ചരൽക്കുന്നിലെ ഏറ്റവും കുപ്രസിദ്ധനായ കള്ളൻ കയറി. നാട്ടുകാരനായതിനാൽ മൊണാസ്ട്രിയിൽ എന്തൊക്കെയുണ്ടാവും എന്നതിനെക്കുറിച്ചുള്ള ധാരണ കള്ളനുണ്ടായിരുന്നു. പകൽസമയത്ത് കള്ളൻ മൊണാസ്ട്രിയുടെ പരിസരത്ത് ഒരു ഓന്തിനെപ്പോലെ പമ്മിപ്പതുങ്ങിനിന്നു. പശുത്തൊഴുത്തിലെ സ്വിസ്

ബ്രൗണുകൾ തന്നെ മാടിവിളിക്കുന്നതായി കള്ളനു തോന്നി. നിലാവ് വീണ രാത്രിയിൽ അനായാസേന പശുവിനെയും അഴിച്ച്, നിലാവിന്റെ മറപറ്റി മുന്നോട്ടുനടന്നു. മൊണാസ്ട്രിയുടെ പിന്നാമ്പുറത്തുടെ ചെമ്മൺപാതയിലൂടെ കുണ്ടനിടവഴികൾ കടന്ന് രാശ്ശരാമാനം കുമ്പഴ ചന്തയിൽ എത്തുകയായിരുന്നു കള്ളന്റെ ലക്ഷ്യം.

ചെമ്മൺ ഇടവഴി ഇറങ്ങിയതും പശു അനങ്ങുന്നില്ല. മുന്നോട്ടെന്നില്ല, പുറകോട്ടെന്നില്ല പശു അനങ്ങുന്നേയില്ല. ദേഷ്യം അതിന്റെ പാരമ്യത്തിൽ എത്തിയപ്പോൾ കള്ളൻ റബ്ബർതോട്ടത്തിൽ വീണുകിടക്കുന്ന ഒരു തടിയൻ റബ്ബർ കമ്പെടുത്ത് പശുവിനെ അടിക്കാൻ തുടങ്ങി. ആദ്യമൊക്കെ അനങ്ങാതെ നിന്ന പശു റബ്ബർതോട്ടത്തിലൂടെ മറ്റൊരു വഴിയേ ഓടാൻ തുടങ്ങി. നിലാവിൽ കള്ളൻ വിയർത്തു. കയറിൽ പിടിച്ചുകൊണ്ട് കരിയിലക്കൂട്ടങ്ങളെ ചവുട്ടി ഞെരിച്ചുകൊണ്ട് കള്ളനും പശുവിനെ പിന്തുടർന്നു. മൊണാസ്ട്രിക്കു പിന്നാമ്പുറത്തെ കൊല്ലിയുടെ വെളിപ്പറമ്പിലേക്ക് എത്തിയപ്പോഴാണ് പശു നിന്നത്. നിലാവ് വെളിപ്പറമ്പിൽ സമൃദ്ധിയായി പെയ്തുകിടന്നു. കയറിൽ പിടിച്ച് സർവശക്തിയുമെടുത്ത് കള്ളൻ വലി തുടങ്ങി. കുറച്ച് ദൂരം ഓടും പിന്നെ അനങ്ങാതെ നിൽക്കും എന്ന രീതിയാണ് പശുവിന്. കള്ളൻ പല്ലു ഞെരിച്ചുകൊണ്ട് കടിച്ചാൽ പൊട്ടാത്ത ചീത്ത വിളിച്ചുകൊണ്ട് പശുവിനെ വീണ്ടും പ്രഹരിക്കാൻ തുടങ്ങി. കയറിൽ പിടിച്ചുനിൽക്കുന്ന കള്ളനെയും വലിച്ചുകൊണ്ട് പശു കൊല്ലിക്ക് മുൻപിലെത്തി. അനങ്ങാതെ നിൽക്കുകയാണ്. വീണ്ടും കള്ളന്റെ അടി. നേരെ എതിർദിശയിലേക്ക് പശു ഓടിയതും കള്ളന്റെ നിലവിളി കൊല്ലിയുടെ അഗാധതയിലെവിടെയോ അവസാനിച്ചു. കള്ളനെ കൊല്ലിയിൽ തള്ളിയിട്ടതിനുശേഷം ഒന്നും സംഭവിക്കാത്തപോലെ ആ സ്വിസ് ബ്രൗൺ നിലാവിൽ സാവകാശം നടന്ന് ശബ്ദമുണ്ടാക്കാതെ മൊണാസ്ട്രിയുടെ തൊഴുത്തിലെത്തി പ്രഭാതം വരുന്നതും നോക്കി കണ്ണുതുറന്നുനിന്നു.

മുൻധാരണകളെ തെറ്റിക്കുന്ന ഒരു രൂപഘടനയാണ് മൊണാസ്ട്രിയുടേത്. അഗാധമായ ഒരു നിശ്ശബ്ദതയിൽ ആണ്ടുകിടക്കുന്ന മൊണാസ്ട്രിയുടെ നടപ്പാതകളിൽ നടക്കുമ്പോൾ ഓരോ ചുവടും പ്രതിധ്വനിക്കും. കല്ലുപാകിയ നടപ്പാതയിൽനിന്നും മുന്നോട്ട് കയറുന്തോറും ഗോപുരത്തിന്റെ ചരിവ് ദൃശ്യമാകും. തണുപ്പുകാലത്ത് ഗോബർഗ്യാസ് വച്ച് ചൂട് പിടിപ്പിക്കുന്ന ഗ്രന്ഥപ്പുരയുടെ ഭാഗമായ ഗ്രന്ഥപ്പുരയുടെ മുമ്പിലാണ് അതുൽ ചെന്നുപെട്ടത്. ഫ്രഞ്ച് ജനലിനപ്പുറം തിരശ്ശീലയിൽ കാറ്റിലാടുന്ന ഇലകൾ തെളിഞ്ഞുകാണാം. മൊണാസ്ട്രിയെ ചുറ്റിപ്പറ്റിയുള്ള തന്റെ അപഥസഞ്ചാരത്തിൽ ആരെയും കാണാൻ കഴിയാത്തത് അതുലിൽ ഒരുതരം പേടിയുണർത്തി. നടന്നുനടന്ന് ഒരു മരക്കൂട്ടത്തിനു നടുവിലാണ്. ഓരോ

മരത്തിനു ചുവട്ടിലും ഇരിക്കാൻ പ്രത്യേക രീതിയിൽ വെട്ടിയെടുത്ത കല്ലുകൾ. പന്ത്രണ്ട് മരങ്ങൾക്കു നടുവിൽ നിൽക്കുന്ന മരം ആകാശത്തേക്ക് കൈവിരിച്ച് നിൽക്കുകയാണ്. ഉയർന്ന് ആകാശത്തേക്ക് പടർന്ന് നിൽക്കുന്ന ആ പന്ത്രണ്ട് മരങ്ങൾ എന്തൊക്കെയോ സൂചിപ്പിക്കുന്നതുപോലെ അതുലിന് തോന്നി. ആവൃതികൾ ചരൽക്കുന്നിന് ചുറ്റിലും എല്ലായിടത്തുമുണ്ട്.

ക്യാമ്പ്സെന്ററിൽ പുൽത്തകിടിയിൽ സ്ഥാപിച്ചിരിക്കുന്ന ശില്പങ്ങൾ. കണ്ടാൽ ചില രാത്രികളിൽ ആൾരൂപങ്ങളാണെന്ന് തെറ്റിദ്ധാരണയുണ്ടാകും. മരങ്ങൾക്കിടയിലൂടെ വീഴുന്ന ഇരുളും നിലാവും ഈ തെറ്റിദ്ധാരണയുടെ ആക്കം കൂട്ടുകയും ചെയ്യും. നിലാവ് മത്ത് പിടിപ്പിക്കുന്ന രാത്രിയിൽ ക്യാമ്പ് സെന്ററിലൂടെ പുൽത്തകിടിയിലൂടെ ചുറ്റിനടക്കുമ്പോൾ പാഷൻഫ്രൂട്ട് മരത്തിനു താഴെ ഒരു സ്ത്രീരൂപം. നിലാവിൽ മുഖം നന്നായി തിളങ്ങുന്നുണ്ട്. മന്ദമായി വീശുന്ന കാറ്റിൽ നിലാവ് ആ മുഖത്തു വീഴുകയും മറയുകയും ചെയ്യുന്നു. അതുലിന്റെ ഉള്ളിലൂടെ ഒരു ഇലക്ട്രിക് ഷോക്ക് പാഞ്ഞു. അടുത്തെത്തിയപ്പോഴാണ് മഗ്ദലനമറിയത്തിന്റെ പ്ലാസ്റ്റർ ഓഫ് പാരീസ് ശില്പമാണ് അതെന്നു മനസ്സിലായത്. ഇൻകാർണേഷനിൽ വെച്ച പിടിപെട്ട നിദ്രാസഞ്ചാരം ഒരിക്കൽ ക്യാമ്പ്സെന്ററിൽ വെച്ചും അനുഭവിച്ചു. ഡോർമിറ്ററിയുടെ വാതിലുകൾ തുറന്ന്, സ്റ്റെപ്പുകൾ ഇറങ്ങി. ചെമ്മൺപാതയിലൂടെ നടന്ന് എത്തപ്പെട്ടത് അഗാധമായ ആ കൊല്ലിയുടെ മുൻപിൽ. കണ്ണുതുറന്നതും ചീറിയടിക്കുന്ന കാറ്റിന്റെ ശബ്ദമാണ് കേട്ടത്. ക്യാമ്പ്സെന്ററിലേക്ക് തിരിച്ച് ഒരൊറ്റ ഓട്ടമായിരുന്നു. പിന്നീട് കിടന്നിട്ട് ഉറക്കം വന്നതേയില്ല. ഉറങ്ങിയാൽ വീണ്ടും നടന്ന് ആ ഭീമൻ അഗാധതയുടെ പരിസരത്തേക്ക് എത്തേണ്ടി വന്നാലോ? ജനാലകൾ തുറന്ന് മലകൾക്കിടയിലൂടെ നേർത്ത് നേർത്ത് തെളിഞ്ഞു വരുന്ന ആകാശത്തെയും നോക്കിക്കിടന്നു. പ്രഭാതം അതിന്റെ വെളുത്ത തുണികൊണ്ട് പ്രതിരൂപങ്ങൾ ഉണ്ടാക്കിയപ്പോൾ മെസ്സിലേക്ക് നടന്നു.

മെസ്സിലെത്തിയപ്പോൾ ചെയർമാന്റെ ചാനലിലെ ഒരു ഐറ്റം നമ്പരിന്റെ ബഹളമാണ് അതുലിനെ നേരിട്ടത്. റിയാലിറ്റി ഷോകളുടെ ഒരു തരംതാണ അനുകരണമാണ് ചെയർമാന്റെ ചാനലിലെ മറ്റൊരു ജനപ്രിയ പരിപാടി. സ്റ്റാഫുകളെല്ലാം കൊഴുത്ത ശരീരത്തിന്റെ മാംസളഭാഗങ്ങളുടെ നൃത്തത്തെ വീക്ഷിച്ചുകൊണ്ട് നിൽക്കുന്നു. അതുൽ ഒരു കട്ടൻകാപ്പി കുടിച്ചുകൊണ്ട് താഴ്‌വാരത്തേക്ക് നോക്കാൻ കഴിയുന്ന മെസ്സിന്റെ ഇടതുഭാഗത്തുള്ള ജനലിലേക്ക് ചേർന്നിരുന്നു. കുന്നിൻപുറങ്ങൾ ഒന്നായി തെളിഞ്ഞുവരുന്നുണ്ട്. ടാർ റോഡിൽ ടയറിന്റെ കാതടപ്പിക്കുന്ന ശബ്ദമുണ്ടാക്കി ഒരു ലോറി താഴ്‌വാരത്തു കൂടി പോകുന്ന ശബ്ദം കേൾക്കാം. പേരറിയാത്ത കൊച്ചുകുരുവികൾ കുറ്റിച്ചെടികളിൽ തുള്ളിക്ക

ളിക്കുന്നു. മെസ്സിൽ നിന്നിറങ്ങി നടപ്പാതയിലൂടെ ഗമിക്കുമ്പോൾ മഫ്ളർ തൊപ്പിധരിച്ച്, ക്യാൻവാസ് ഷൂസിട്ട് വ്യായാമം ചെയ്യുന്ന മാത്യുവിനെയാണ് അതുൽ കണ്ടത്.

ഇന്ന് ടൗണിലേക്ക് പോകുന്നുണ്ടെന്നും അതുലിന് എന്തെങ്കിലും വാങ്ങേണ്ടതുണ്ടോ എന്നും മാത്യു ചോദിച്ചു. സാധാരണ രണ്ടുമൂന്ന് മാഗസിനുകളും ഒരു പായ്ക്കറ്റ് സിഗററ്റിനുമാണ് അതുൽ പറഞ്ഞുവിടാറുള്ളത്. എന്നാൽ ഇത്തവണ അതുവേണ്ട എന്ന ഭാവമായിരുന്നു. ജോഗിംഗ് ചെയ്തുകൊണ്ട് മാത്യു മെസ്സിന്റെ ഭാഗത്തേക്ക് പോയി. അതുൽ വെറുതെ ചരൽക്കുന്ന് ജംഗ്ഷനിലേക്ക് നടന്നു. മൊബൈൽ റീചാർജ് ചെയ്യാനായി മാത്യുവിനോട് പറയേണ്ടിയിരുന്നെന്ന് ഓർത്ത് യാത്ര റദ്ദാക്കി മാത്യുവിനെ കാണാൻ മെസ്സിലേക്ക് നടന്നു. മാനേജ്മെന്റ് ബോർഡിന്റെ അടുത്ത മീറ്റിംഗ് അതിഥിമന്ദിരത്തിൽ ഒരു അത്താഴവിരുന്നായിട്ടാണ് സംഘടിപ്പിച്ചത്. വിരുന്നിന്റെ പ്രധാന ഉദ്ദേശ്യം ചെയർമാൻ ലളിതമായി വിശദീകരിച്ചു. ടൂറിസം രംഗത്ത് കേരളത്തിന്റെ അനന്തമായ സാധ്യതകളെക്കുറിച്ചുള്ള ആമുഖ പ്രസംഗത്തോടെയാണ് ചെയർമാൻ പ്രസംഗം തുടങ്ങിയത്. ഒടുവിൽ ക്യാമ്പ്സെന്ററും മൊണാസ്ട്രിയും ടൂറിസം സെന്ററാക്കി മാറ്റാനുള്ള വിപുലമായിട്ടുള്ള പദ്ധതിയോടെയാണ് ചെയർമാൻ അവസാനിപ്പിച്ചത്. ഒരു അമേരിക്കൻ പ്രോജക്ടുമായി ചേർന്നാണ് ഈ വികസന പരിപാടികൾ ആസൂത്രണം ചെയ്തിരിക്കുന്നത്. അമേരിക്കൻ കമ്പനിയുമായുള്ള പ്രാരംഭഘട്ട ചർച്ചകൾ കഴിഞ്ഞിരിക്കുകയാണ്. ആരൊക്കെയോ ചെയർമാന്റെ പ്രസംഗം കഴിഞ്ഞപ്പോൾ കൈകൾ കൂട്ടിയടിക്കുകയും കാര്യങ്ങൾ കുറച്ചുകൂടി വിശദമായി തിരക്കുകയും ചെയ്തുകൊണ്ടിരുന്നു. സ്ത്രീകൾ ഒരു പ്രത്യേകതരം ആദരവോടെ ചെയർമാനെ നോക്കുന്നുണ്ട്. തിളങ്ങുന്ന കഷണ്ടിത്തലയിലും കൂർത്ത മീശയിലും വെളിച്ചത്തിന്റെ കണങ്ങൾ തിളങ്ങിവീഴുന്നുണ്ട്. അതിഥിമന്ദിരത്തിലെ സൽക്കാരമുറിയിൽ ചഷകങ്ങൾ തമ്മിൽകൂട്ടിമുട്ടിത്തുടങ്ങുകയും സംഭാഷണത്തിന്റെ കഷണങ്ങൾ വാക്കുകളുടെ പൊള്ളയായ പുകച്ചുരുളുകളായിത്തീരുകയും ചെയ്തു. ചെടിത്തലപ്പുകളിലും അനേക വാർഷികവലയങ്ങൾ വീണ മരങ്ങളിലും വെളിച്ചം നനച്ചുകൊണ്ട് കാറുകളിൽ ചിലത് സ്റ്റാർട്ടായി കുന്നിൻപുറത്തുനിന്ന് ഇറങ്ങിപ്പോവുകയും വരികയും ചെയ്യുന്നുണ്ട്. ബുഫെയിൽ ക്യൂവിൽ അതുലിന് മുമ്പിൽ ഒരു സുന്ദരിയാണ്. പെർഫ്യൂമിന്റെ കൂടിക്കുഴഞ്ഞ മദഗന്ധം അതുലിന്റെ മൂക്കിനെ തുളച്ചു. പുറത്ത് രാത്രി കനത്തു. ക്വാറികളിൽ നിന്നുള്ള ശബ്ദം കേൾക്കാതായിട്ട് രണ്ടാഴ്ചയായി. അല്ലെങ്കിൽ സദാ കാതുകളെ കുത്തിത്തുളച്ചുകൊണ്ടുള്ള ആ ശബ്ദം കേൾക്കാമായിരുന്നു. ചരൽക്കുന്നിന്റെ റോഡുകളെ ഒരു കുത്തകപോലെ സ്വന്തമാക്കി തലങ്ങും വിലങ്ങും പായുന്ന ടിപ്പർലോറികളും

കുറെ ദിവസങ്ങളായി എവിടെയോ ഒളിച്ചിരിക്കുകയാണ്.

ഒരുദിവസം സ്വരൂപയോടൊപ്പം മില്ലിലേക്ക് അതുലും കൂട്ടുപോയി. കനാൽ വരമ്പിലൂടെ നടന്ന് തണൽ വിരിച്ചുനിൽക്കുന്ന കൊക്കോത്തോട്ടങ്ങൾക്കിടയിലൂടെ നടന്ന് മുന്നേറി. കൊക്കോത്തോട്ടത്തിൽ നിറയെ വിവിധതരം ശബ്ദങ്ങളാണ്. ഇരുട്ടിലുറങ്ങുന്ന ചീവീടുകൾ, പഴുത്ത കൊക്കോക്കായ തുരക്കുന്ന അണ്ണാറക്കണ്ണൻമാർ, കിളികൾ. സ്വരൂപ പഴുത്ത ഒരു കൊക്കോകായ പറിച്ച് പൊട്ടിച്ച് അതുലിനു കൊടുത്തു. തലച്ചോറു പോലെ അടരുകളായി നിൽക്കുന്ന കൊക്കോപ്പഴം കടിച്ചുകൊണ്ടായി നടത്തം. കഴിഞ്ഞദിവസത്തെ അത്താഴവിരുന്നിനെക്കുറിച്ചും ക്യാമ്പ് സെന്റർ ടൂറിസംസെന്റർ ആക്കി മാറ്റാനുള്ള ശ്രമങ്ങളെക്കുറിച്ചും അതുൽ സ്വരൂപയോട് സൂചിപ്പിച്ചു. സ്വരൂപ പ്രത്യേകിച്ച് അത്ഭുതമൊന്നും കാണിച്ചില്ല.

കനാലിലെ കുഴികളത്രയും വേനലിൽ വെളിപ്പെട്ടിട്ടുണ്ട്. ഒറ്റപ്പെട്ട പുൽക്കൂട്ടങ്ങളുടെ തുരുത്ത് കരിഞ്ഞു നിൽക്കുകയാണ്. ചെളിവെള്ളത്തിന്റെ കുഴികളിൽ വിവിധ വർണ്ണങ്ങളിൽ തിളങ്ങുന്ന എക്കലിന്റെ എണ്ണമയമുള്ള പാട. വാഴത്തോട്ടങ്ങളും ജാതിമരങ്ങളും തണൽവിരിക്കുന്ന നാട്ടുവഴികൾ കടന്ന് അവർ മില്ലിലെത്തി. മൂളലോടെ മില്ലിലെ പൽചക്രങ്ങൾ ഉണർന്നു. മൊണാസ്ട്രിയെക്കുറിച്ച് കൂടുതൽ അറിയണം എന്ന തോന്നൽ അതുലിൽ സജീവമായിത്തുടങ്ങി. ഗൂഗിളിൽ സേർച്ച് വേഡ് കൊടുത്ത് പരതാൻ തുടങ്ങി. 'ലോകത്തിലെ ഏറ്റവും പുരാതനമായ മൊണാസ്ട്രികൾ' എന്നൊരു ലിങ്കാണ് തുറന്നത്. അമേരിക്കയിലെ ഏതോ തിയോളജി സെമിനാരിയിൽനിന്നും ഒരു റവ.ജോൺ വിൽഫ്രഡ് ഹോസ്റ്റ് ചെയ്ത ലിങ്കാണ് ആകാശവലയിൽ തുറന്നത്. ലോകത്തിലെ ഏറ്റവും പഴക്കമേറിയ മൊണാസ്ട്രികളെക്കുറിച്ചുള്ള ജോൺ വിൽഫ്രഡിന്റെ റിസേർച്ചിൽ ചരൽക്കുന്നിലെ മൊണാസ്ട്രിയും ഉൾപ്പെടുന്നു. അതുൽ ഞെട്ടിത്തരിച്ചു. മദ്ധ്യേഷ്യയിലെ പല മൊണാസ്ട്രികളും കുരിശുയുദ്ധങ്ങളുടെ കാലത്ത് അമ്പേ തകർന്നുപോയതിന്റെ ചരിത്രം അന്വേഷിക്കുന്നതാണ് റിസേർച്ചിന്റെ ആദ്യ ഭാഗം. അർമേനിയൻ കൂട്ടക്കൊലപാതകവും 'ഡിസേർട്ട് ഫാദേഴ്സ്' എന്നറിയപ്പെടുന്ന ആദ്യകാല ക്രിസ്ത്യൻ വിശുദ്ധൻമാരുടെയും ജീവിതകഥകളാണ് റിസേർച്ചിന്റെ രണ്ടാം ഭാഗത്തിൽ ഉൾപ്പെടുന്നത്. അവശേഷിക്കുന്ന പുരാതന മൊണാസ്ട്രികളെക്കുറിച്ചുള്ള വിശദമായ പഠനത്തിലാണ് ചരൽക്കുന്നിലെ മൊണാസ്ട്രി പഠനവിഷയമായിരിക്കുന്നത്.

മൊണാസ്ട്രിയുടെ ചിത്രങ്ങളും റവ.ജോൺ വിൽഫ്രഡിന്റെ വെബ്സൈറ്റിൽ നിന്നുതന്നെയാണ് അതുലിന് കാണാൻ കഴിഞ്ഞത്. വൻമരങ്ങളുടെ തണലിൽ ഇരുണ്ട്, പുതഞ്ഞുനിൽക്കുന്ന മൊണാസ്ട്രി

യുടെ ചിത്രങ്ങളാണ് അതിൽ ഏറെയും. പൂച്ചകളുടെ ഒരു കൂട്ടത്തിനു നടുവിൽ നിൽക്കുന്ന കാപ്പിപ്പൊടിക്കളർ ളോഹ ധരിച്ച സന്ന്യാസി, നഗ്നധ്യാനഗുഹകളുടെ ചിത്രങ്ങൾ, പന്ത്രണ്ട് മരങ്ങളുടെ ചിത്രങ്ങൾ എന്നിവയൊക്കെയാണ് ഹോസ്റ്റ് ചെയ്തിരിക്കുന്ന പ്രധാന ചിത്രങ്ങൾ. അത്ര വ്യക്തമല്ലാത്ത പന്ത്രണ്ട് മരങ്ങളുടെ ചിത്രത്തിൽ അതുലിന്റെ കണ്ണുകൾ കുറച്ചുനേരം ഉടക്കി.

മരങ്ങളുടെ ചുവട്ടിൽ ആരോ ഇരിക്കുന്നതുപോലെ തോന്നുന്നുണ്ടോ? അതുൽ സൂക്ഷിച്ചുനോക്കി. ശരിയാണ് പന്ത്രണ്ട് മരങ്ങൾക്കു ചുവട്ടിലും നഗ്നരായി ധ്യാനിച്ചുകൊണ്ടിരിക്കുന്ന പന്ത്രണ്ട് സന്ന്യാസിമാരുടെ ചിത്രം മങ്ങിക്കാണാം. കൂടുതൽ വിവരങ്ങൾക്കായി ആകാശ ലൈബ്രറി പരതിയിട്ടും റവ.ജോൺ വിൽഫ്രഡിന്റെ ലിങ്കല്ലാതെ മൊണാസ്ട്രിയുടെ രഹസ്യങ്ങൾ തുറക്കുന്ന ഒരു സൈബർ കീയും ലഭിച്ചില്ല.

## ഇരുപത്തിരണ്ട്

**ഷ**വറിനു താഴെ നനഞ്ഞു നിൽക്കുമ്പോൾ താൻ പാപം ചെയ്തതായി സിസ്റ്റർ ജാസ്മിനു തോന്നിയില്ല. തെറാപ്പി ചെയ്യുമ്പോൾ ഏതു തരത്തിലുള്ള പ്രതികരണത്തിനും ഒരു തെറാപ്പിസ്റ്റ് കരുതിയിരിക്കണം. അതുൽ തന്റെയുള്ളിലെ വികാരത്തെയും ഉണർത്താൻ ശ്രമിച്ചിരിക്കണം. സിസ്റ്റർ സ്നാനത്തിന്റെ സമ്പൂർണമായ വിശുദ്ധിയിൽ പ്രാർത്ഥനകളോടെ നനഞ്ഞുനിന്നു. ഫാദർ ഓംശ്ശൂന്യ പഠിപ്പിച്ച പ്രാർത്ഥന ചൊല്ലി.

അതുലിനെ കാത്ത് സ്വരൂപ ഓഫീസിൽ അക്ഷമയായി നിൽക്കുകയായിരുന്നു. മാനേജരുടെ കണ്ണുവെട്ടിച്ച് നടത്തിയ ചില കണ്ടെത്തലുകൾ അവൾ ഒരു ഫയലിലായി സൂക്ഷിച്ചുവെച്ചിരിക്കുന്നു. വിദേശരാജ്യങ്ങളിൽനിന്നും ഇന്ത്യയിലെ പ്രധാനപ്പെട്ട ചില കേന്ദ്രങ്ങളിൽനിന്നും വന്ന ഇ-മെയിലുകൾ വായിച്ചപ്പോൾ അതുൽ സംശയിച്ച പലതും യാഥാർത്ഥ്യമാകുന്നതായി സ്വരൂപയ്ക്ക് തോന്നിയിരുന്നു. മുത്തച്ഛനും ആ സാധ്യത തള്ളിക്കളയുന്നില്ല.

സ്പിരിച്വൽ റൂട്ട് എന്നു പേരിട്ടിരിക്കുന്ന രഹസ്യ ഫയലിനുള്ളിലെ വിവരങ്ങൾ അതീവ രഹസ്യസ്വഭാവമുള്ളതാണ്. മൊണാസ്ട്രിയുടെ പതനത്തിന് ഇനി അധികനാളുകളില്ല. ഇന്ത്യയിലേക്ക് വിദേശ ശക്തികൾ നുഴഞ്ഞുകയറിയ വഴിയായ സിൽക്ക് റൂട്ടിന്റെ പേരിനെ അനുസ്മരിപ്പിക്കുന്നതാണ് ഈ സ്പിരിച്വൽ റൂട്ട്. അമേരിക്കൻ ഗോസ്പൽ ഗ്രൂപ്പായ ഇവാഞ്ചലിസ്റ്റ് എന്ന ഗ്രൂപ്പും ഡൽഹിയിലെ വമ്പൻ ബിസിനസ് ഗ്രൂപ്പായ റാവുസ് ഗ്രൂപ്പും കൈകോർക്കുന്ന വിശാലമായ പദ്ധതി. കേരളത്തിലെ ആത്മീയ കേന്ദ്രങ്ങളെ കണക്ക് ചെയ്യുന്ന രീതിയിൽ അതിസമ്പന്നർക്കായി ഒരു

ഹോളിഡേ റിട്രീറ്റ് പ്രോഗ്രാം. മൊണാസ്ട്രിയിൽ ഒരു സാനിട്ടോറിയവും എല്ലാ സൗകര്യങ്ങളോടും കൂടിയ ലക്ഷ്വറി ഹോട്ടലും ഉയരും. എല്ലാ മതസ്ഥരുടെയും പുണ്യസ്ഥലങ്ങളെ ഏകോപിപ്പിക്കുന്ന രീതിയിലാണ് സ്പിരിച്വൽ റൂട്ട് മാനേജർ വിഭാവനം ചെയ്തിരിക്കുന്നത്. അമേരിക്കൻ ഗോസ്പൽ ഗ്രൂപ്പിന് തിരുവല്ലയിലും മധ്യതിരുവിതാംകൂറിലും ശക്തമായ സ്വാധീനമുണ്ട്. ഇ-മെയിൽ രേഖകളെല്ലാം പ്രിന്റ്ഔട്ട് എടുത്ത് സ്വരൂപ ഫയലിൽ സൂക്ഷിച്ചു.

പുലരിയുടെ മങ്ങിയ വെളിച്ചത്തിൽ സ്വപ്നത്തിനും ജാഗ്രത്തിനുമിട യിൽ ശൂന്യമായ സ്ഥലികളിലൂടെ സഞ്ചരിച്ചാണ് അതുൽ ഉണർന്നത്. തെറാപ്പി സെഷനിൽ നടന്ന കാര്യമാലോചിച്ചപ്പോൾ കഠിനമായ കുറ്റ ബോധം തോന്നി. സിസ്റ്റർ ജാസ്മിനെ ഇനി അഭിമുഖീകരിക്കാൻ കഴിയി ല്ല. വിശുദ്ധ ആവൃതി കളങ്കമായി. ജാലകങ്ങൾ തുറന്നു കിടക്കുകയായിരു ന്നു. രാത്രിയിൽ കാട്ടിൽനിന്ന് എന്തൊക്കെയോ ശബ്ദങ്ങൾ കേട്ടിരുന്നു. സ്വപ്നത്തിൽ പാറക്കൊല്ലിയിലെ ഒറ്റമരത്തിൽ സിസ്റ്റർ കാതറീൻ തൂങ്ങി യാടി നിൽക്കുന്നത് സ്വപ്നം കണ്ടു.

ഓഫീസിലേക്ക് പോകുന്നതിനുപകരം പഴത്തോട്ടത്തിലേക്ക് നടന്നു. ഡേവിഡിനെ കാണണം. ഫാദർ ഓംശൂന്യയെ കുറച്ചു ദിവസങ്ങ ളായി ചരൽക്കുന്നിൽ കാണാനില്ല. പാലക്കും ലെറ്റൂസും തക്കാളിയും വള ർത്തുന്ന ഗ്രീൻഹൗസിൽ തോട്ടപ്പണിയിൽ വ്യാപൃതനായി നിൽക്കുന്ന ഡേവിഡിനെ കണ്ടു. തല മൊട്ടയടിച്ചിട്ടുണ്ട്.

ഇരുണ്ട ഗോളങ്ങൾ പോലുള്ള നെഞ്ചിൽ വിയർപ്പുതുള്ളികൾ പറ്റി നിൽക്കുന്നു. ഉടുപ്പ് ഇട്ടിട്ടില്ല. ഒരു ട്രാക്ക് പാന്റാണ് വസ്ത്രം. ഡേവിഡി ന്റെ ശരീരം അരോഗദൃഢഗാത്രമാണ്. ഫാദർ ഓംശൂന്യയുടെ ബോഡി ഗാർഡ്. വെറുതെയല്ല ഫാദർ, മൊണാസ്ട്രിയിലേക്ക് ഡേവിഡിനെ ഒപ്പം കൂട്ടിയത്.

"ഡേവിഡച്ചാ... ഫാദറിനെ കണ്ടോ...?"

പച്ചക്കറിത്തൈകൾ നനച്ചു കൊണ്ടുനിന്ന ഡേവിഡ് ഒന്നു ഞെട്ടി.

എന്തൊക്കെയോ ഡേവിഡ് ഒളിക്കുന്നുണ്ടെന്ന് തോന്നി. അയാൾ ചെയ്തുകൊണ്ടിരുന്ന ജോലിയിൽ വ്യാപൃതനായി. അതുൽ ബുദ്ധി ഉപ യോഗിക്കാൻ തീരുമാനിച്ചു.

"ഡേവിഡച്ചാ... ഫാദറിനെന്തോ അപകടം പിണഞ്ഞെന്ന് തോന്നു ന്നു. അത് അന്വേഷിക്കാനാണ്. കൃത്യമായി പറഞ്ഞാൽ എനിക്ക് ഒരുപ ക്ഷേ, രക്ഷിക്കാൻ കഴിഞ്ഞേക്കും."

ഉന്മാദം നിറഞ്ഞ കണ്ണുകളോടെ അയാൾ കുറച്ചുനേരം നോക്കിനി ന്നു. പെട്ടെന്ന് കരയാൻ തുടങ്ങി. കണ്ണീര് മാറി ദേഷ്യത്തിലേക്ക് പരി വർത്തനം ചെയ്തു. ചരൽക്കുന്ന് വിറയ്ക്കുംവിധം ഡേവിഡ് അലറി വിളിച്ചു.

അടുത്തുചെന്ന് അയാളെ ആശ്വസിപ്പിച്ചു. ഡേവിഡ് രഹസ്യങ്ങളുടെ ചുരുളഴിക്കാൻ തുടങ്ങി.

അത്തിമരത്തിന് ചുവട്ടിൽ വെച്ചിരുന്ന മൺകൂജയിൽനിന്നും അയാൾ വെള്ളമെടുത്തു കുടിച്ചു. ഡേവിഡിനെ വല്ലാതെ വിയർക്കുന്നുണ്ട്. ഫാദർ ഓംശ്രുന്യയ്ക്ക് എന്തോ അപകടം സംഭവിച്ചെന്ന വാർത്ത വിശ്വസിച്ചമട്ടാണ്. ഏതു പ്രതിസന്ധിയിലും ഫാദറിനൊപ്പം നിൽക്കാനുള്ള ആ മനസ്സ് കണ്ടപ്പോൾ അതുലിന് അതിശയം തോന്നി.

# ഇരുപത്തിമൂന്ന്

**മൊ**ണാസ്ട്രിയുടെയും ക്യാമ്പ്സെന്ററിന്റെയും അധികാരത്തിലുപരി സന്ന്യസ്ത സമൂഹത്തിന്റെ അടിത്തറയിലാണ് സഭയുടെ ആത്മീയവളർച്ച നിലനിൽക്കുന്നത്. മൊണാസ്ട്രി തുടങ്ങിയ കാലം മുതൽക്കുതന്നെ പരമാധികാരത്തിനായുള്ള മത്സരങ്ങളും ആരംഭിച്ചിരുന്നു. ലോകത്തിലെ എല്ലാ സന്ന്യസ്ത സമൂഹങ്ങളിലും ഇത്തരം അധികാരതർക്കങ്ങൾ നിലനിന്നിട്ടുണ്ട്. ഇപ്പോഴും തുടരുന്നു. കുളത്തിൽ മുങ്ങിമരിക്കുകയോ, മുക്കികൊല്ലപ്പെടുകയോ ചെയ്യപ്പെട്ട ഒരു സന്ന്യാസി കേരളത്തിൽ തന്നെയുണ്ട്. തിരോധാനം ചെയ്ത മൗലവി ഇപ്പോഴും ഒരു ദുരൂഹതയായി തുടരുന്നു. തർക്കങ്ങൾ മാത്രമല്ല അധികാരത്തിന്റെ ആഗ്രഹങ്ങളും ഹീനമായ വഞ്ചനയും സന്ന്യാസിമാരെ നയിക്കാറുണ്ട്. ഡേവിഡ് പറഞ്ഞതിൽനിന്നും അതുൽ കാര്യങ്ങൾ മനസ്സിലാക്കാൻ തുടങ്ങി.

രണ്ടുനൂറ്റാണ്ട് മുൻപ് ലളിതമായ ക്രിസ്തീയ ആദർശങ്ങളുടെ പശ്ചാത്തലത്തിൽ ആത്മീയ ഐക്യവും സമൂഹസേവനവും ലക്ഷ്യമിട്ടാണ് ചരൽക്കുന്നിൽ വിദേശികളായ മിഷനറിമാർ മൊണാസ്ട്രി നിർമ്മിച്ചത്. ആദ്യകാലങ്ങളിൽ ആത്മീയശക്തിയുടെ ഒരു വിളക്ക് പോലെ മൊണാസ്ട്രി മധ്യതിരുവിതാംകൂറിലെ ജനസമൂഹങ്ങൾക്ക് വെളിച്ചം പകർന്നുകൊണ്ട് നിലനിന്നു. തീക്ഷ്ണതയോടെയും ഉത്തമ ലക്ഷണത്തോടെയും മൊണാസ്ട്രിയെ നയിച്ച സന്ന്യസ്ത സമൂഹം നാട്ടുകാരുടെ ജീവിതത്തിൽ മനോഹരമായ മാറ്റങ്ങൾ വരുത്തി.

എന്നാൽ ഏറെ കഴിയുംമുമ്പേ ദുരൂഹമായ ചില താൽപര്യങ്ങൾ മൊണാസ്ട്രിയെ ഗൂഢമായ ലക്ഷ്യങ്ങളോടെ സമീപിക്കുവാൻ തുടങ്ങി.

ആരെല്ലാം ഏതെല്ലാം വിധത്തിൽ പ്രവർത്തിച്ചു എന്നു കണ്ടെത്താൻ ബുദ്ധിമുട്ടാണ്. ഗ്രന്ഥാലയത്തിലെ തുകൽച്ചുരുളുകൾ മോഷ്ടിക്കപ്പെട്ടു. പലതും വലിയ വിലയ്ക്ക് അന്താരാഷ്ട്ര വിപണികളിൽ വിൽപ്പനയ്ക്കെത്തി. ഇപ്പോൾ ഗ്രന്ഥപ്പുരയിൽ സൂക്ഷിക്കുന്ന തുകൽച്ചുരുളുകൾ യഥാർത്ഥത്തിൽ ഉള്ള ചുരുളുകളുടെ പ്രതിരൂപം സൃഷ്ടിച്ചതാണ്. നന്മയും തിന്മയും തമ്മിലുള്ള ഏറ്റുമുട്ടൽ തുടർന്നു.

അഗതികളുടെയും അനാഥരുടെയും കണ്ണുനീർ ഒപ്പുന്നതിനായി തുടങ്ങിയ മൊണാസ്ട്രി വികൃതമായ, ദുരൂഹമായ പ്രവൃത്തികളിലൂടെ കടന്നുപോയി. മൊണാസ്ട്രിയിൽനിന്നും സന്ന്യസ്ത സമൂഹം പല വഴിക്ക് കൊഴിഞ്ഞുപോയി. ചിലർ ദുരൂഹസാഹചര്യത്തിൽ അപ്രത്യക്ഷരായി. ആത്മീയ കാര്യങ്ങളിൽ വ്യാപരിക്കേണ്ടതിനു പകരം കെട്ടിടം പണിയുന്നതിലും അധികാരസ്ഥാനങ്ങളിൽ മത്സരിച്ചും രാഷ്ട്രീയത്തെ നിയന്ത്രിച്ചും എല്ലാ രംഗങ്ങളിലും ആധിപത്യമുള്ള ഒരു ശക്തിയായി മാറാൻ സഭ കഠിനമായി പരിശ്രമിച്ചു.

സുവിശേഷ പ്രവർത്തനങ്ങൾക്കുപകരം സവിശേഷമായ ഇത്തരം കാര്യങ്ങളിലായി താൽപ്പര്യം. മഹായിടവകയുടെ ബിഷപ്പ് തിരുമേനിമാർ പലപ്പോഴും ഒന്നും അറിയുന്നുണ്ടായിരുന്നില്ല.

ഇപ്പോഴത്തെ ചെയർമാന്റെ താൽപ്പര്യപ്രകാരമാണ് ഫാദർ ഓംശ്രൂന്യയെ സന്ന്യസ്ത സമൂഹത്തിന്റെ പരമപിതാവായി ഉയർത്തിയത്. മൊണാസ്ട്രിയിൽ മാത്രമല്ല സഭയുടെ സന്ന്യസ്ത സമൂഹമുള്ളത്. ഇന്ത്യയിലും വിദേശത്തും നിലനിൽക്കുന്ന ആശ്രമങ്ങളുടെ അധിപനായി ഫാദർ ഓംശ്രൂന്യ മാറുന്നതോടെ രാജകീയമായ ഈ പരമപദവിയിലേക്ക് ഉയർത്തപ്പെട്ടു. ഓർഡിനേഷന്റെ ചടങ്ങുകൾ നടന്നതാവട്ടെ ചരൽക്കുന്നിൽ വെച്ചാണ്. താൻ വന്നതിനുശേഷം. ആ കാര്യം ഡേവിഡ് പറഞ്ഞപ്പോൾ തന്റെ അറിവില്ലായ്മയിൽ അതുലിന് മനഃപ്രയാസം തോന്നി. ഈ അധികാരത്തിനു പകരമായി ചെയർമാന്റെ സ്വപ്നപദ്ധതിയായ സ്പിരിച്വൽ റൂട്ടിന് എല്ലാവിധമായ പിന്തുണയുമാണ് ഫാദറിന്റെ ഓഫർ.

ബത്ത്ശാൻ എന്ന് പേരിട്ടിരിക്കുന്ന ഫൈവ് സ്റ്റാർ സൗകര്യങ്ങളോടുകൂടി ആത്മീയ റിസോർട്ട് ചരൽക്കുന്നിൽ ഉയരുന്നതാണ് 'സ്പിരിച്വൽ റൂട്ടി'ന്റെ പ്രധാന ആകർഷണം. നൂറ്റാണ്ടിന്റെ ആഘോഷം നടന്ന സമയത്തുതന്നെ ഫാദർ ഓംശ്രൂന്യ ബിഷപ്പ് തിരുമേനിയെ സാക്ഷ്യം നിർത്തി കല്ലിടൽ കർമ്മം നടത്തുകയും ചെയ്തിരുന്നു. ആർച്ച് ഡീക്കൻ മെമ്മോറിയൽ ഹാൾ 'സ്പിരിച്വൽ റൂട്ടി'ന്റെ ഓഫീസായി പ്രവർത്തിച്ചു തുടങ്ങുകയും ചെയ്തു. ഇതെല്ലാം ഇത്ര രഹസ്യമായി എങ്ങനെ നടത്താൻ കഴിയുന്നു. ഫാദർ ഓംശ്രൂന്യ മൊണാസ്ട്രിക്കുള്ളിൽ മറ്റൊരു മായികമായ മൊണാസ്ട്രി നിർമ്മിച്ചിരിക്കുന്നു. ഒരുതരം കൺകെട്ടിലൂടെ എല്ലാവരു

ടെയും കാഴ്ചപോലും തടഞ്ഞിരിക്കുന്നു. തെറാപ്പി സെഷനിൽ ഫാദർ ഉപയോഗിക്കുന്ന ബോധധാരാസമ്പ്രദായവും ജലവീഴ്ച്ചം എല്ലാം എല്ലാം ഒരു മാന്ത്രികന്റെ ഭാവം പകരുന്നതാണ്. അതുലിന് തന്റെ മനോനില കൈവിട്ടു പോകുന്നതായി തോന്നി. ഡേവിഡ് തുടർന്നു.

മൊണാസ്ട്രിയുടെ ചരിത്രത്തിൽ എക്കാലത്തും സ്മരിക്കപ്പെടേണ്ട വിശുദ്ധ പിതാക്കന്മാരെ ഫാദർ ഓംശ്രുന്യ അപ്രസക്തമാക്കിയിരിക്കുന്നു. ലൈബ്രറിയിൽ തടിയൻ പുസ്തകങ്ങളും തുകൽച്ചുരുളുകളും ഫാദർ ഓംശ്രുന്യ തിരുത്തിയെഴുതുകയായിരുന്നോ? അങ്ങനെയെങ്കിൽ സിസ്റ്റർ ജാസ്മിൻ ഫാദറിന്റെ ഒരു ഉപകരണം മാത്രമായിരുന്നോ? തെറാപ്പിക്കിടയിൽ സംഭവിച്ച സെക്സ് തന്നെ മനപ്പൂർവം അവരുടെ മാർഗത്തിലേക്ക് എത്തിക്കുന്നതിനായി കരുതിക്കൂട്ടി ചെയ്തതാണോ? അതുൽ സംശയങ്ങളുടെ ഒരു ചുഴിയിലേക്ക് വീണുപോയി.

ചരൽക്കുന്നിൽ കാറ്റുവീശി.

ആദ്യകാലങ്ങളിൽ നിറംപല്ലി മരം തേടിയുള്ള ഫാദർ ഓംശ്രുന്യയുടെ യാത്രകളിലെ കൂട്ട് കുട്ടിയച്ചനും ചാണ്ടിച്ചേട്ടനുമായിരുന്നു. ഉപസഭ സന്ദർശനമെന്ന പേരിൽ ഫാദർ ഓംശ്രുന്യ ആശ്രമത്തിൽ നിന്നുമിറങ്ങി നിറംപല്ലി തേടി പമ്പയുടെ തീരങ്ങളിൽ അലയും. ഏതു കഠിന മഴയത്തും വെള്ളപ്പൊക്കത്തിലും നദിയുടെ ഏത് ദിശയിലേക്കും വള്ളം തുഴയാൻ കഴിവുള്ളയാളാണ് ചാണ്ടിച്ചേട്ടൻ. കൈത്തോടുകളും ചെറുതോടുകളും കടന്ന് പമ്പയുടെ ഇരുകരകളിലും ഫാദർ ഓംശ്രുന്യ നിറംപല്ലി തേടി അലഞ്ഞുനടന്നു.

ഡേവിഡ് പറയുകയായിരുന്നു. അയാൾക്ക് താൻ ഉദ്ദേശിച്ചതിനെക്കാളും ബുദ്ധിയുണ്ടെന്ന് അതുലിന് തോന്നി. സ്പിരിച്വൽ റൂട്ട് എന്ന ആശയത്തിലേക്ക് അമേരിക്കയിലെ ഗോസ്പൽ കമ്പനിയെ നയിച്ചത് ബൈബിളിലെ 'നോഹയുടെ പെട്ടകം' പണിയപ്പെട്ട മരത്തിന്റെ സാന്നിദ്ധ്യമുള്ള പമ്പയുടെ തീരങ്ങളാണ്. ഒപ്പം യുനെസ്കോയുടെ പൈതൃക ഗ്രാമമായ തൊട്ടടുത്ത പ്രദേശമായ ആറൻമുളയുടെ സാമീപ്യവും.

മൊണാസ്ട്രിയിലേക്ക് അമേരിക്കയിൽനിന്നും ഗോസ്പൽ കമ്പനിയുടെ വെരിറവറന്റുമാരുമായ ക്രിസ്റ്റഫർ സറേയും, ലെൻ വെല്ലറും, ആൻഡി വില്യംസും പലതവണ ചർച്ചകൾക്കായി എത്തിയിട്ടുണ്ട്.

ഫാദർ ഓംശ്രുന്യയുടെ ആശയം ഏതാനും മാസങ്ങൾക്കകം തന്നെ പ്രാവർത്തികമാകുമെന്നും അതിന്റെ അവസാനഘട്ട പേപ്പർ വർക്കുകൾക്കായി ഫാദർ അമേരിക്കയിലെ ടെക്സാസിലേക്ക് പോയിരിക്കുകയാണെന്നും അതുൽ സ്വരൂപയിൽനിന്നും അറിഞ്ഞു. മൊണാസ്ട്രി തകരും. സമ്പൂർണമായ തകർച്ചയ്ക്ക് ഇനി അധികനാളുകളില്ല. ഫാദർ ഓംശ്രുന്യക്ക് പിണഞ്ഞ അപകടത്തെക്കുറിച്ച് ഡേവിഡ് ചോദിച്ചെങ്കി

ല്ലും അതുൽ ഒഴിവുകഴിവുകൾ പറഞ്ഞ് തോട്ടത്തിൽനിന്നും പുറത്തേക്ക് നടന്നു. താൻ അറിഞ്ഞ വിവരങ്ങളത്രയും റവ. ജോസഫ് മാത്യുവിനോട്ടു പറയണം. മൊണാസ്ട്രി ഫൈവ് സ്റ്റാർ റിസോർട്ടായി മാറ്റുന്നു എന്ന പരമരഹസ്യം. ആ സത്യങ്ങൾ പലരും അറിയണം.

# ഇരുപത്തിനാല്

ഡേവിഡ് പറഞ്ഞതൊക്കെ സത്യമാണെങ്കിൽ അദൃശ്യമായ ഒരു മൊണാസ്ട്രി യഥാർത്ഥ മൊണാസ്ട്രിക്ക് ചുറ്റുമുണ്ട്. ഫാദർ ഓംശ്ശുന്യ നിയന്ത്രിക്കുന്ന, ഫാദറിന്റെ ഗൂഢ ലക്ഷ്യങ്ങളാൽ നയിക്കപ്പെടുന്ന സേവകർ പ്രവർത്തിക്കുന്ന ഒരു അദൃശ്യസ്ഥലി. അതുലിന് ഭയം തോന്നി. ഒരുപക്ഷേ, ഈ വ്യവസ്ഥയ്ക്ക് മാറ്റം വരുത്താൻ തനിക്കൊരിക്കലും കഴിയില്ല. മാതൃഭവനമായ വിശ്രാന്തി നിലയത്തിലെ നോമിനിമാരായ സിസ്റ്റർമാർപോലും ഫാദർ ഓംശ്ശുന്യയുടെ നിയന്ത്രണത്തിൽ ചലിക്കുന്ന പാവകളാണ്. തെറാപ്പി സെഷൻ അതിനുള്ള ഒരു മാർഗം മാത്രം.

സിസ്റ്റർ ജാസ്മിനിലൂടെ തന്നെ കീഴടക്കാൻ ഫാദർ ഓംശ്ശുന്യ നടത്തിയ ശ്രമം അതുൽ തിരിച്ചറിഞ്ഞു. ഒരുപക്ഷേ, ഡേവിഡ് പറയുംപോലെ കന്നുകാലികളുടെ ഡയറിഫാമും പൂർവ സന്ന്യാസിമാർ നഗ്നരായി ധ്യാനിക്കുന്ന ധ്യാനഗുഹകളും ഇപ്പോഴും മൊണാസ്ട്രിയിൽ ഉണ്ടാവും. ഡേവിഡിന്റെ ഭ്രാന്തമായ മനസ്സിന്റെ സൃഷ്ടികൾ തന്നെയാവും ഒരുപക്ഷേ, ഇതെല്ലാം.

വിശ്വാസത്താൽ നിയന്ത്രിക്കപ്പെടുന്ന ഒരു ലോകത്ത് മനസ്സിന്റെ ധൈര്യം നഷ്ടപ്പെട്ട് അതുൽ അലഞ്ഞുതിരിയാൻ തുടങ്ങി. മൊണാസ്ട്രിയുടെ കരിങ്കൽ എടുപ്പിനുള്ളിൽ കടന്ന് നോക്കിയെങ്കിലും ഒരു സന്ന്യാസിയെപ്പോലും കാണാനായില്ല.

മെസ്സിൽ ചായ കുടിക്കുന്നതിനിടയിൽ കാഷ്യർ മാത്യു തന്നെ രൂക്ഷമായി നോക്കുന്നതായി തോന്നി. എത്രയും വേഗം ചരൽക്കുന്നിൽനിന്നും താഴ്‌വാരത്തിലേക്ക് ഇറങ്ങണം. മരങ്ങൾപോലും പലതും ഒളിച്ച

വയ്ക്കുന്നുണ്ട്. അതുൽ അമ്മയുടെ സഹോദരനായ എഡ്വിൻ അങ്കിളിനെ വിളിച്ച് സംസാരിച്ചു. ബാംഗ്ലൂരിൽ ഐ ടി കമ്പനിയിലെ പ്രതിസന്ധിയിലും എഡ്വിൻ അങ്കിൾ തന്നെയായിരുന്നു ആശ്രയത്തിന്റെ അത്താണി.

പ്രധാനാലയത്തിലേക്ക് അതുൽ നടന്നു. ദർശനാലയത്തിൽ മെഴുകുതിരികൾ കൊളുത്തുന്ന ശിരോവസ്ത്രം ധരിച്ച പെൺകുട്ടികളെ കണ്ടു. പെൺകുട്ടികൾക്കു പിന്നിൽ ഒരു മെഴുകുതിരിയുമായി സിസ്റ്റർ കാതറീന നിൽക്കുന്നു. ആവൃതിയിൽ വെച്ച് അവൾ പ്രവചിച്ചത് എത്ര സത്യമായി ത്തീർന്നു.

"നിനക്ക് ഒന്നും എളുപ്പമാവില്ല... എളുപ്പമാവില്ല..."

ആ വാക്കുകൾ ഇപ്പോഴും ചെവിയിൽ മുഴങ്ങുന്നുണ്ട്. ചരൽക്കുന്നിലെ മരങ്ങളെ വിറപ്പിക്കുന്ന ചെറുകാറ്റിൽ ഇലകൾ നൃത്തം ചെയ്യുന്നു. മെഴുകുതിരിനാളങ്ങൾ ആ നൃത്തം ഏറ്റെടുക്കുന്നു.

കൗൺസിൽ ഓഫ് ചർച്ചസിന്റെ ഓഫീസിൽനിന്നും നടന്നു വരുന്ന സ്വരൂപയെ അതുൽ അഭിമുഖീകരിച്ചു. രണ്ടുപേരും തീരുമാനിച്ചുറപ്പിച്ചതുപോലെ കൗൺസിൽ ഓഫ് ചർച്ചസിന് ഫാദർ ഓംശ്ലുന്യയെക്കുറിച്ച് സ്വരൂപ പരാതി ഫയൽ ചെയ്തു. വർഷത്തിലൊരിക്കൽ കൂടുന്ന മൊണാസ്ട്രി സിനഡ് പരാതി ചർച്ച ചെയ്യും. പക്ഷേ, ഫാദർ ഓംശ്ലുന്യയ്ക്കെതിരെ ചെറുവിരൽപോലും അനങ്ങില്ല. എങ്കിലും ഒരു ശ്രമം എന്ന മട്ടിലാണ് പരാതി നൽകിയിരിക്കുന്നത്.

രാജിക്കത്ത് നൽകിയ ശേഷമാണ് സ്വരൂപ പരാതിയുടെ ഫയൽ തയ്യാറാക്കിയത്. രണ്ടുപേരും കൂടെ മെസ്സിലേക്ക് നടന്നു. അശരണരായ വിശ്വാസികൾ ഗ്രൂപ്പ് തിരിഞ്ഞ് പുൽത്തകിടിയിൽനിന്ന് സിസ്റ്റർമാരുടെ നേതൃത്വത്തിൽ കർത്താവിന് സ്തോത്രം അർപ്പിക്കുന്നത് കണ്ടു. സ്തോത്ര പ്രാർത്ഥനകളുടെ ശബ്ദം ചരൽക്കുന്നിൽ മുഖരിതമായി.

ചെയർമാന്റെ ചാനലിൽ തുടങ്ങാൻ പോകുന്ന പുതിയ ആത്മീയ സീരിയലിൽ അഭിനയിക്കുന്നവർ മെസ്സിലിരുന്ന് ചായ കുടിക്കുന്നു. ഷൂട്ടിംഗ് ക്രൂ മുഴുവനുമുണ്ട്. വലിയ ബസ്സ് പുൽത്തകിടിയോടു ചേർന്ന് നിർത്തിയിട്ടുണ്ട്. ചെയർമാന്റെ ചെറിയ ബുദ്ധിയെക്കാളും വലിയ ബുദ്ധിയാണ് ഫാദർ ഓംശ്ലുന്യയ്ക്ക്. അമേരിക്കയ്ക്ക് ഗോസ്പൽ വ്യവസായത്തിന്റെ സാധ്യതകളിലേക്ക് മൊണാസ്ട്രിയെ ചേർക്കുന്നതിൽ ഫാദർ വിജയിച്ചിരിക്കുന്നു. അതുൽ മനസ്സിൽ ചിന്തിച്ചു.

മഹത്തായ ദർശനങ്ങളുടെ ആത്മീയ, വെളിച്ചത്തിൽ ഉരുവംകൊണ്ട മൊണാസ്ട്രി ഇതാ തകരാൻ പോകുന്നു. മൊണാസ്ട്രി ചാപ്പലിൽ എഴുതി വെച്ചിരിക്കുന്ന ഒരു വാചകം അതുലിന് ഏറെ പ്രിയപ്പെട്ടതായിരുന്നു.

'അതിർത്തികൾക്കകമെല്ലാം അതിവിശുദ്ധമായിരിക്കണം.'

അതിന്റെ ഇംഗ്ലീഷ് വാചകവും ഒപ്പം എഴുതിയിട്ടുണ്ട്. ഫാദർ ബുക്കാനൻ സ്വന്തം കയ്യക്ഷരത്തിൽ കുറിച്ച വരികൾ. മുന്നോട്ടുള്ള സുവിശേഷ വേലയെ സംബന്ധിച്ച് ആശ്രമത്തിന് ദർശനം നൽകുന്ന വരികൾ.

ചരൽക്കുന്ന് മൊണാസ്ട്രിയിലെ സ്വരൂപയുടെ അവസാന ദിവസമായതിനാൽ അതുലും മലയിറങ്ങാൻ കൂട്ടിറങ്ങി. അരുവിക്കുഴിയിലേക്കുള്ള വഴി ഇറക്കമുള്ളതാണ്. ചെമ്മൺപാത പ്രധാനപാതയിൽനിന്നും കല്ലുകൾ കെട്ടിയിറക്കി വിരിച്ചിട്ടുണ്ട്. പാറക്കൂട്ടങ്ങൾക്കിടയിലൂടെ വഴിയിറങ്ങി നടക്കുമ്പോൾ സ്വരൂപ മരങ്ങൾക്കിടയിൽ ഒളിച്ചിരിക്കുന്ന മൊണാസ്ട്രിയെ കണ്ണീരോടെ നോക്കുന്നത് അതുൽ കണ്ടു.

# ഇരുപത്തിയഞ്ച്

**ര**ണ്ടുഘട്ട ചർച്ച കഴിഞ്ഞിട്ടും ക്യാമ്പ്സെന്റർ 'സ്പിരിച്വൽ റൂട്ട്' വികസിപ്പിച്ചെടുക്കുന്ന നടപടികൾ എങ്ങുമെത്താതെ അവസാനിച്ചു. റവ. ജോസഫ് മാത്യു എന്നൊരു പുരോഹിതനാണ് മാനേജ്മെന്റിനെതിരെ ശക്തമായി സംസാരിച്ചത്. മൊണാസ്ട്രി ടൂറിസം പദ്ധതിയുടെ ഭാഗമാക്കിയാൽ ദൈവകോപമുണ്ടാകുമെന്നും ജനമദ്ധ്യത്തിലുള്ള സഭയുടെ വിശ്വാസത്തിന്റെ അടിവേരുകൾ നഷ്ടപ്പെടുമെന്നും ജോസഫച്ചൻ പറഞ്ഞു. ഇത്തരം ചർച്ചകളിൽ പങ്കെടുത്ത് സംസാരിക്കേണ്ടിവരുമ്പോൾ അതുൽ അഭിപ്രായങ്ങളൊന്നും പ്രകടിപ്പിക്കാറില്ല. മിണ്ടാതെ മിഴിച്ചിരിക്കുകമാത്രമാണ് പതിവ്.

തൊലിയടർന്നുപൊട്ടിയ വെള്ളപ്പാണ്ടുപിടിച്ച യൂക്കാലിപ്റ്റ് മരങ്ങൾക്കിടയിലൂടെ നടന്ന് അതുൽ വീണ്ടും മൊണാസ്ട്രിയിലെത്തി. ഡേവിഡ് പറഞ്ഞ കഥകളിലെ പശ്ചത്തൊഴുത്ത് ഇപ്പോൾ പകുതിയും ഇടിഞ്ഞു പൊളിഞ്ഞ് അനാഥമായി കിടക്കുന്നു. വള്ളിപ്പടർപ്പുകൾക്കിടയിൽ മഞ്ഞപ്പൂക്കൾ വിരിഞ്ഞിട്ടുണ്ട്. മൊണാസ്ട്രിയുടെ പിന്നാമ്പുറത്തുടെയുള്ള ഒരു വഴിയിലേക്കാണ് അതുൽ നടന്നുകയറിയത്. പുൽ വളർന്നുമൂടിയ ധ്യാനഗുഹകൾക്കിടയിലൂടെയാണ് താൻ നടക്കുന്നതെന്ന ബോധമുണ്ടായപ്പോൾ അതുൽ ഞെട്ടി. ഒരു ഗുഹാമുഖംപോലെ തോന്നിക്കുന്ന ധ്യാനഗുഹകളുടെ മുഖപ്പ് ഇടിഞ്ഞുപൊളിഞ്ഞു തുടങ്ങിയിട്ടുണ്ട്. വെയിലിൽ സ്വന്തം ഉടലിനെ തിളക്കിക്കൊണ്ട് ഒരു ചേര ഇഴഞ്ഞുപോകുന്നത് അതുൽ കൗതുകത്തോടെ നോക്കിനിന്നു. സ്വരൂപയുടെ മുത്തച്ഛനും ഡേവിഡും പറഞ്ഞ മൊണാസ്ട്രി കഥകളിൽ സത്യമുണ്ടെങ്കിൽ അരുതുക

ളുടെ രഹസ്യം അന്വേഷിച്ച നടക്കുന്ന തന്നെ അവർ പിടികൂടുക തന്നെ ചെയ്യും. മൂന്നോ നാലോ തവണ മൊണാസ്ട്രിയെ ചുറ്റിപ്പറ്റി നടന്നിട്ടും ഒരു സന്ന്യാസിയെപ്പോലും കാണാൻ കഴിയാതിരുന്നത് അതുൽ ശ്രദ്ധിച്ചു. ഇനി ഒരുപക്ഷേ, കൊടും നിശ്ശബ്ദതയുടെ പ്രതീകമായ ഈ കരിങ്കൽ കൂടാരത്തിനുള്ളിൽ സന്ന്യാസിമാർ ആരുമില്ലെങ്കിലോ? ചിന്തിച്ചു നടന്നതും മുന്നിൽ വന്നു ചാടിയ ഒരു വെളുത്ത പൂച്ചയെയാണ് കണ്ടത്. ഒന്നിനു പിറകെ അനേകം പൂച്ചകൾ. വെളുത്ത നിറമുള്ള അവയുടെ കണ്ണുകൾ തിളങ്ങുന്നു. അതുൽ വന്ന വഴിയേ തന്നെ ഓടി. എതിർപ്പുകൾ അവഗണിച്ചുകൊണ്ട് ബിഷപ്പിന്റെ സാന്നിദ്ധ്യത്തിൽ നടന്ന അത്താഴവിരുന്നിൽ അമേരിക്കൻ ഗോസ്പൽ കമ്പനിയുടെ പ്രതിനിധികളിൽ നിന്നും പ്രൊജക്ടിന്റെ റിപ്പോർട്ടും സാധ്യതാപഠനവും ചെയർമാൻ വാങ്ങി. അത്താഴവിരുന്നിൽ കൈയടികൾ മുഴങ്ങി. കേരളത്തിന്റെ അനന്തമായ ടൂറിസം സാധ്യതകളെപ്പറ്റി അമേരിക്കൻ പ്രതിനിധി സംസാരിച്ചു.

മാവിൻചില്ലകളെ നനച്ചുകൊണ്ട് നിലാവുപെയ്യുന്നതും നോക്കി അതുൽ കിടന്നു. പഴയ ഹിന്ദി സിനിമകളിലെ ഗാനങ്ങൾ ഈ പശ്ചാത്തലത്തിൽ കേട്ടാൽ ഒരുതരം മതിഭ്രമം സംഭവിക്കും. അതുൽ വെറുതേ മൂളി..... "ഉംനാമുഹേ..."

മൊണാസ്ട്രിക്കു സംഭവിക്കാൻ പോകുന്ന അപകടത്തെപ്പറ്റി സന്ന്യാസിമാരെ ആരെയെങ്കിലും അറിയിക്കണമെന്ന് അതുൽ തീരുമാനിച്ചു. ഇത്രനാളും നടത്തിയ യാത്രകളിൽ ആരെയും കണ്ടെത്താൻ കഴിഞ്ഞില്ല. മൊണാസ്ട്രിക്ക് ആത്യന്തികമായി സംഭവിക്കാൻ പോകുന്ന വൻതകർച്ചയെക്കുറിച്ചോർത്ത് ഉൽക്കണ്ഠപ്പെട്ടുകൊണ്ട് ഉറങ്ങാൻ കിടന്നു. സ്വപ്നത്തിൽ താൻ മൊണാസ്ട്രിയിലെ ഇരുട്ട് വെളിച്ചവുമായി ഇണചേരുന്ന മുറികളിലൂടെ നടക്കുകയാണ്. പൂച്ചകളുടെ ഒരു പട്ടാളം പിന്നാലെയുണ്ട്.

സ്വപ്നത്തിൽനിന്ന് അതുൽ ഉണർന്നു. നിലാവ് മുറിയിലേക്ക് മാവിൻചില്ലകളിൽ തട്ടി ഊർന്നുവീണപ്പോൾ എഴുന്നേറ്റ് ജനാലകൾ അടച്ചുകിടന്നു. തിരിഞ്ഞും മറിഞ്ഞും കിടന്നിട്ടും ഉറക്കം വന്നില്ല. ഡോർമിറ്ററിയിൽ നിന്നുമിറങ്ങി തന്റെ പ്രിയപ്പെട്ട കൽബെഞ്ചിനെ ലക്ഷ്യമാക്കി നടന്നു. രാത്രിയിൽ താഴ്വാരത്തെ ഉലച്ചെത്തുന്ന കാറ്റിന് പ്രത്യേകതരം സൗരഭ്യമുണ്ട്. മൊണാസ്ട്രി ഇരുളിൽ മുങ്ങിക്കിടക്കുന്നു. പണ്ടൊരിക്കൽ ഗോപുരങ്ങൾക്കു മുകളിൽനിന്ന ചലിക്കുന്ന രൂപം കണ്ടതോർത്തു.

പുലർകാല നടത്തത്തിനിടെയാണ് അത് ആദ്യം കണ്ടത്. ക്യാമ്പ്സെന്ററിലെ വിശുദ്ധന്മാരുടെ ശില്പങ്ങൾ എല്ലാം തകർക്കപ്പെട്ടിരിക്കുന്നു. ആട്ടിടയന്മാരുടെ ശില്പത്തിൽ കുഞ്ഞാടുകളുടെ കഴുത്തുകളാണ് തകർക്കപ്പെട്ടിരിക്കുന്നത്. കന്യാമറിയത്തിന്റെ മടിയിൽ വിശ്രമിക്കുന്ന ശിശുവിന്റെ കണ്ണുകൾ കുത്തി തുരന്നിരിക്കുന്നു. അങ്ങനെ ശില്പങ്ങൾക്ക്

ഓരോന്നിനും വൻമാറ്റങ്ങളാണ് സംഭവിച്ചിരിക്കുന്നത്.

സഭയോടുള്ള പ്രതിഷേധംപോലെ അതു തോന്നി. മെസ്സിലെത്തി ക്യാഷ്യർ മാത്യുവിനോട് അതുൽ ശില്പങ്ങൾക്ക് സംഭവിച്ചിരിക്കുന്ന തകർച്ചയെപ്പറ്റി സംസാരിച്ചു.

തലേരാത്രിയിലെ കാറ്റിൽ മരമോ ചില്ലകളോ മറ്റോ ഒടിഞ്ഞു വീണതായിരിക്കും എന്ന നിഗമനമാണ് അയാൾ നടത്തിയത്. മാനേജർ അതുലിനോടൊപ്പം സംഭവസ്ഥലം സന്ദർശിക്കാനെത്തി. ഒന്നും മിണ്ടാതെ തിരിച്ച് ഓഫീസിലേക്ക് നടന്നുപോവുകയും ചെയ്തു. അനർത്ഥങ്ങൾ ഒന്നാകെ ക്യാമ്പ് സെന്ററിനെ വിഴുങ്ങാൻ തുടങ്ങി. പ്രാർത്ഥനാലയത്തിലെ ഇരുപത്തിരണ്ട് ആരാധനാപുസ്തകങ്ങൾ കാണാതായി. ത്രോണോസിലെ വീഞ്ഞും അപ്പവും വിശുദ്ധ വേദപുസ്തകത്തിനു ചുറ്റും ചിതറിക്കിടക്കുന്നു. എന്നാൽ ഈ സൂചകങ്ങളെയൊക്കെ വളരെ രാഘവത്തോടെ കാണാനാണ് മാനേജർ ശ്രമിച്ചത്.

മൊണാസ്ട്രിയെ ഗ്രസിക്കാൻ പോകുന്ന മഹാവിപത്തിനെക്കുറിച്ച് സന്ന്യാസിമാരെ ആരെയെങ്കിലും കണ്ട് സംസാരിക്കണമെന്ന് അതുൽ ഉറപ്പിച്ചു. ഹെർമിറ്റേജിലേക്കുള്ള വിക്കറ്റ് ഗേറ്റുകൾ കടന്ന് തണുത്ത ഇടവഴിയിലേക്ക് നടന്നു. ഇത്തവണ കനത്ത പാദപതനം സൃഷ്ടിച്ച് ആരുടെയെങ്കിലും ശ്രദ്ധ ക്ഷണിക്കണം എന്ന ഉദ്ദേശ്യം കൂടിയുണ്ട്. പഴഞ്ചൻ മരങ്ങളുടെ കാതലുകൾകൊണ്ട് തീർത്ത പല തടിയൻ വാതിലുകളും അതുൽ തട്ടി ശബ്ദമുണ്ടാക്കി. ഇരുട്ടിന്റെയും ശൂന്യതയുടെയും ഗഹ്വരത്തിൽ അതു വെറുതെ പ്രതിധ്വനിച്ചു. അതുലിന് ദേഷ്യം വരാതിരുന്നില്ല. തട്ടി ശബ്ദമുണ്ടാക്കുന്നതിനുപകരം പല വാതിലുകൾ തുറക്കാൻ ശ്രമിക്കുകയാണ് തുടർന്നുചെയ്തത്. ഗോപുരത്തിന് മുകളിലേക്ക് പിരിയൻ ഗോവണിയിലൂടെ നടന്ന് മുകളിലെത്തി. മരപ്പലകകൾ കരഞ്ഞുകൊണ്ട് ആഴത്തിൽ ശബ്ദമുണ്ടാക്കി. ഗോപുരത്തിനു മുകളിലുള്ള കിളിക്കൂടുപോലെ തോന്നിക്കുന്ന ഒരാൾക്ക് കഷ്ടിച്ച് ഇരിക്കാനുള്ള ധ്യാനമുറി അതുൽ കണ്ടെത്തി.

ഗോപുരത്തിന്റെ മുകളിൽ നിന്നാൽ മരത്തലപ്പുകൾക്കിടയിലൂടെ ക്യാമ്പ് സെന്റർ ഒന്നാകെ കാണാം. താഴ്വാരത്തെ കാഴ്ചകൾ വ്യക്തമായി കാണാം. ധ്യാനമുറികളുടെ വാതിലിൽ ശക്തമായി തട്ടിയിട്ടും ആരും പ്രത്യക്ഷപ്പെട്ടില്ല. സന്ദർശകർക്കുള്ള മുറിയിലെ ബെല്ലടിച്ചാലോ, ചിലപ്പോൾ ധ്യാനത്തിന്റെ ഒരു പ്രത്യേകതരം അവസ്ഥയിലെത്തുന്ന നാഗസന്ന്യാസിമാർ മാസങ്ങളോളം മരിച്ചവരെപ്പോലെ ഇഹലോക ബന്ധങ്ങളിൽനിന്ന് വിമുക്തമായി കഴിയുമെന്ന് അതുൽ വായിച്ചിട്ടുണ്ട്. നീണ്ടനേരത്തെ മണിമുഴക്കങ്ങൾക്ക് യാതൊരു പ്രയോജനവും ഉണ്ടാക്കാൻ കഴിഞ്ഞില്ല. സത്യത്തിൽ മൊണാസ്ട്രിയിലെ സന്ന്യാസിവര്യന്മാ

രൊക്കെ വളരെക്കാലം മുമ്പുതന്നെ ശരീരം വെടിഞ്ഞുകാണണം. നോക്കുന്തോറും മൊണാസ്ട്രി ഒരു ഇല്യൂഷൻ, ഒരു മിഥ്യയാണെന്ന് അതുലിന് തോന്നിത്തുടങ്ങി.

ഡേവിഡിനെ അന്വേഷിച്ച് കണ്ടെത്തുകയാണ് മൊണാസ്ട്രിയുടെ രഹസ്യങ്ങൾ അറിയാനുള്ള മറ്റൊരു വഴി എന്ന് അതുൽ വിശ്വസിച്ചു. എത്രയും പെട്ടെന്ന് ഡേവിഡിനെ കണ്ടെത്തണം. അതിഥി മന്ദിരത്തിനു പിന്നാമ്പുറത്തെ ഓടിട്ട ചെറിയ മുറിയിൽനിന്നും അതുൽ ഡേവിഡിനെ കണ്ടെത്തി. ദുഷിച്ച ഒരു മദ്യമണം അയാളിൽനിന്നും പുറത്തേക്ക് വഴിഞ്ഞൊഴുകി. ആരോടും സംസാരിക്കാൻ അയാൾ താല്പര്യപ്പെടാത്തതു പോലെ മൊണാസ്ട്രിയിൽ കടന്നുകയറിയ കാര്യവും അവിടെ ആരെയും കാണാൻ സാധിക്കാത്ത വിവരവും അതുൽ ഡേവിഡിനോടു വിശദീകരിച്ചു. 'അതൊന്നും എനിക്കറിയില്ല കുഞ്ഞേ. ഞാനൊരു വെറും തോട്ടക്കാരൻ മാത്രമാണ്.' ഡേവിഡ് രഹസ്യങ്ങൾ ഒളിക്കുന്നുണ്ട്. ഇയാൾ ഫാദർ ഓംശ്രുന്യയുടെ വലംകൈയാണെന്ന് അന്നുമുതലെ സംശയമുണ്ട്. മൊണാസ്ട്രിയുടെയും ക്യാമ്പ് സെന്ററിന്റെയും ചലനങ്ങളിലേക്ക് ഫാദർ ഓംശ്രുന്യ തുറന്നുവെച്ചിരിക്കുന്ന ഒരു മൂന്നാംകണ്ണ്.

"വെറുതെ ബുദ്ധിമുട്ടിക്കരുത്."

എന്നുപറഞ്ഞ് പിറുപിറുത്തുകൊണ്ട് ഡേവിഡ് അയാളുടെ താവളത്തിലേക്കു തന്നെ വലിഞ്ഞുകയറി. അതുൽ മെസ്സിലേക്ക് നടന്നു. വേനൽച്ചൂടിൽ കഠിനമായ ദാഹം തോന്നി. മെസ്സിന്റെ ജാലകങ്ങൾക്കപ്പുറം വളരുന്ന വെയിലിന്റെ തീക്ഷ്ണത മരത്തലപ്പുകളെ തിളക്കി. ഒരു നാരങ്ങാവെള്ളം കുടിച്ചുകൊണ്ട് മെസ്സിലിരുന്നു. ഐസ് ഗ്ലാസിന്റെ ഓരങ്ങളിൽ തട്ടി ശബ്ദമുണ്ടാക്കുന്നു. ഒരിക്കലും പ്രവേശിക്കാനോ, മുഴുമിപ്പിക്കാനോ കഴിയാത്ത ഒരു പദപ്രശ്നം പൂരിപ്പിക്കുകയാണ് താനും മൊണാസ്ട്രിയുമെന്ന് അതുലിന് തോന്നി. രഹസ്യങ്ങളിലേക്ക് തുറക്കുമെന്ന് പ്രതീക്ഷിക്കുന്ന വാതിലുകളൊക്കെ അടഞ്ഞുകിടക്കുന്നു. ഗ്രസിക്കാൻ പോകുന്ന മഹാവിപത്തിനെ അവഗണിക്കുന്ന മൊണാസ്ട്രിയുടെ ആത്മീയശക്തി അതുലിനെ അത്ഭുതപ്പെടുത്തി.

അരുവിക്കുഴിയുടെ കരയിലിരുന്ന് സ്വരൂപയുടെ മുത്തച്ഛനുമായി സംസാരിക്കുമ്പോൾ ദൂരെ മലമടക്കുകൾക്ക് മുകളിൽ വേനൽമഴയുടെ കാർമേഘങ്ങൾ ഉരുണ്ടുകയറുന്നത് അതുൽ കണ്ടു. ഒരിക്കൽ മൊണാസ്ട്രിയിലെ സന്ന്യാസി സ്വശരീരം വെടിഞ്ഞത് മുത്തച്ഛൻ പറഞ്ഞു. ഗോപുരത്തിന് മുകളിലെ ധ്യാനമുറിയിൽ ദിവ്യതേജസ്സോടെ മരിച്ച നിലയിൽ കണ്ടെത്തുകയായിരുന്നു ആ സന്ന്യാസിയെ. പിന്നീട് കഴിഞ്ഞവർഷം ഒരു സന്ന്യാസി തിരുവല്ലയിലെ മെഡിക്കൽ മിഷൻ ആശുപത്രിയിൽ ചികിത്സയിൽ കഴിഞ്ഞിരുന്നു. പുരാതന വാതില

കൾ പലതും തട്ടിയിട്ടും മൊണാസ്ട്രിയിൽ ആരെയും കണ്ടെത്താൻ കഴിയാതിരുന്നത് സ്വരൂപയുടെ മുത്തച്ഛനിൽ അത്ഭുതങ്ങൾ വളർത്തിയിരുന്നു. വളർന്നുവളർന്ന് ആകാശം നിറയുന്ന മഴമേഘങ്ങളെയും നോക്കി അതുൽ റബ്ബർ തോട്ടത്തിലൂടെ ചരൽക്കുന്ന് കയറാൻ തുടങ്ങി. പെരുമഴയ്ക്ക് മുൻപുള്ള കാറ്റ് റബ്ബർചില്ലകളെ ഉലച്ചു. കരിയിലകൾ കാറ്റിൽ തുള്ളിപ്പറന്നു. കൊല്ലിയുടെ മലമ്പ്രദേശത്തേക്ക് റബ്ബർ തോട്ടത്തിന്റെ വെട്ടുവഴി പിന്നിട്ട് കയറി. ആകാശം ചാരനിറം കലർന്ന് വൻമഴയ്ക്കുള്ള ഒരുക്കങ്ങൾ തുടങ്ങി. ഉരുളൻകല്ലുകളെ ചവിട്ടിത്തെറിപ്പിച്ച് മുന്നോട്ട് കയറുമ്പോൾ ദൃഷ്ടിയിൽപ്പെട്ടത് വെള്ളയിൽ കറുത്ത പുള്ളികളുള്ള ഒരു ജഴ്സിപ്പശുവിനെയാണ്. പാറക്കൂട്ടങ്ങളുടെ ഒരു ചരുവിൽനിന്നാണ് അതിറങ്ങിവന്നത്. ഭയം ഒരു നിമിഷം തലച്ചോറിൽ തരംഗങ്ങൾ ഉണർത്തിയെങ്കിലും മഴയ്ക്കുമുൻപെ പശുവിനെ അഴിക്കാൻ എത്തിയ ഒരാളെ അതുൽ പശുവിനു പിന്നിൽ പ്രതീക്ഷിച്ചു. പാറക്കൂട്ടങ്ങളുടെ താഴ്വാരത്തേക്ക് പശു തുള്ളിത്തുളുമ്പി നടക്കുകയാണ്. കാലുകളെ മുന്നോട്ട് ചലിപ്പിക്കാൻ കഴിയാതെ അതുൽ നിന്നു. പുൽത്തലപ്പുകളെ നനച്ചുകൊണ്ട് മഴ ഒന്നു ചാറി. കാറ്റ് വീശി. പാറക്കൂട്ടങ്ങൾക്കിടയിൽനിന്ന് പശുക്കളുടെ ഒരുകൂട്ടം പ്രത്യക്ഷപ്പെടുകയാണ്. അതുൽ എണ്ണി. പന്ത്രണ്ട് പശുക്കൾ. നിശ്ശബ്ദമായി നടന്നുനീങ്ങുന്ന പശുക്കൂട്ടത്തിന് കറുത്ത ആകാശം തണലുവിരിച്ചു. പശുക്കൂട്ടങ്ങളെ പിന്നിട്ട് ഉരുളൻ കല്ലുകൾ ചവിട്ടി അതുൽ ഓടി. ക്യാമ്പ്സെന്ററിനു സമീപമുള്ള തേക്കിൻകാട്ടിലെത്തിയപ്പോഴേക്കും കോരിച്ചൊരിയുന്ന വേനൽമഴ വീണുതുടങ്ങി. തേക്കിലകൾ പറിച്ച് കുടയാക്കി വേഗത്തിൽ നടന്ന് ഡോർമിറ്ററിയിലെത്തി. തല തുവർത്തി. ചുണ്ടുകൾ വിറച്ചു. അപ്പോഴേക്കും മഹാപ്രളയം തുടങ്ങിയിരുന്നു.

ഒരുപക്ഷേ, ആ പശുക്കൾ.... വിശ്വസിക്കാൻ കഴിയാത്തതുപോലെ അതുൽ അത്ഭുതപ്പെട്ടു. മാവിൻചില്ലകളിൽ മഴ ആർത്തലയ്ക്കുകയാണ്. താഴ്വാരം മഴയുടെ തിരശ്ശീലയിൽ വീണുകഴിഞ്ഞു. നേർരേഖയിലാണിപ്പോൾ മഴ. ടെറസിൽനിന്നും കരിഞ്ഞുണങ്ങിയ മാവിലകളോടൊപ്പം പൈപ്പിലൂടെ കുതിച്ചിളകിപ്പോകുന്ന വെള്ളം പുൽത്തകിടിയിൽ വീണ് ഒരു ജലപ്രവാഹം ഉണ്ടാക്കുന്നത് ഒരു കൗതുകത്തോടെ അതുൽ നോക്കിനിന്നു. പാണ്ടുപിടിച്ച കാറ്റാടി മരങ്ങൾ കാറ്റിന്റെ ശക്തിയിൽ ചൂളംകുത്തുന്നുണ്ട്. അതുൽ മഴയ്ക്കിടയിലൂടെ മൊണാസ്ട്രിയിലേക്ക് നോക്കി.

കാറ്റിൽ മൊണാസ്ട്രി ഉലയുന്നുണ്ടോ? മൊണാസ്ട്രിക്ക് തണൽ വിരിക്കുന്ന പന്ത്രണ്ട് മരങ്ങൾ കാറ്റിൽ അതിശക്തമായി ഉലയുന്നുണ്ട്. ഇലത്തലപ്പുകൾ വളഞ്ഞ് ഗോപുരത്തിൽ മുട്ടുന്നുണ്ട്. മരങ്ങൾ ഉരയുന്ന ശബ്ദം ദൂരെനിന്നുപോലും കേൾക്കാൻ കഴിയുന്നു. അതുൽ നനഞ്ഞുകൊണ്ട് പു

ൽത്തകിടി കടന്ന് മൊണാസ്ട്രിയുടെ പടവുകൾ ഓടിക്കയറി. കുത്തിയൊലിച്ചുപോകുന്ന വെള്ളത്തിന്റെ പാച്ചിലിനൊപ്പം ഒരു പൂച്ചക്കുട്ടി നിലവിളിച്ചുകൊണ്ട് ഒഴുകിപ്പോകുന്നു. മരക്കൂട്ടങ്ങൾക്കിടയിലേക്കാണ് അതുൽ ഓടിയെത്തിയത്. നേരിയ വെളിച്ചവും ഇരുട്ടും മരങ്ങൾക്കുചുവട്ടിൽ തിളങ്ങിക്കിടന്നു. മരത്തലപ്പുകൾ ഗോപുരത്തിന്റെ മുകളിലേക്ക് ആടിയുലയുന്നുണ്ട്. മൊണാസ്ട്രിയെ ഒരു സുരക്ഷിത കരവലയത്തിലെന്നവണ്ണം പൊതിഞ്ഞാണ് മരങ്ങൾ നില്ക്കുന്നത്. മരങ്ങൾ വൻശബ്ദത്തോടെ കാറ്റിൽ ഉരഞ്ഞു. ഒരു മരച്ചില്ല ഒടിഞ്ഞ് ഗോപുരത്തിന്റെ ധ്യാനമുറിക്ക് മുകളിലേക്ക് വീണു. കാറ്റിന്റെ ഈ സംഹാരത്തിനു നടുവിൽ നിൽക്കുന്നത് അപകടമാണ്. അതുൽ പുൽത്തകിടിയിലേക്ക് ധൃതിയിൽ മൊണാസ്ട്രിയുടെ പടവുകൾ ഇറങ്ങിയപ്പോഴേക്കും ഒന്നാമത്തെ മരം ചില്ലകൾ വിടർത്തി ഒരു പരിപൂർണ ആശ്ലേഷമെന്നവണ്ണം മൊണാസ്ട്രിയെ ചുംബിച്ചു. ധ്യാനമുറിയിലെ ഗോപുരത്തിന്റെ ചട്ടക്കൂട് നിലംപതിച്ചു. മഴയുടെ ശബ്ദങ്ങൾക്കിടയിൽ വൻപതനത്തിന്റെ ശബ്ദങ്ങൾ ആരും കേട്ടില്ല. ഒന്നിനു പുറകെ ഒന്നായി മരങ്ങൾ ഓരോന്നും വീണു. പെരുമഴയിലും വിയർപ്പുചാലുകളുടെ ഉപ്പ് അതുൽ നാവിൽ രുചിച്ചു. മരക്കൂട്ടങ്ങളുടെ നടുവിൽ തകർന്നടിഞ്ഞു കിടക്കുന്ന മൊണാസ്ട്രി. ആരെയെങ്കിലും കണ്ട് മഴയിലും കാറ്റിലും മൊണാസ്ട്രി തകർന്ന വിവരം അറിയിക്കാനായി അതുൽ കയറി. പതിവുപോലെ ശബ്ദമുണ്ടാക്കുന്ന ടി വിക്കു ചുറ്റും കൂടി നില്ക്കുകയാണ് എല്ലാവരും.

അതുൽ അലറിവിളിച്ചു.

"പെരുമഴ... കാറ്റ്... മരങ്ങൾ വീണു. മൊണാസ്ട്രി തകർന്നു.... ഓടിവാ... പ്രളയം തുടങ്ങി... എല്ലാം ഒഴുകിപ്പോകുന്നു..."

എല്ലാവരെയും ക്ഷണിച്ചതിനുശേഷം അതുൽ പകച്ചുനിന്നു. എല്ലാവരും അതുലിനെ നോക്കിയിരിക്കുകയാണ്. കാഷ്യർ മാത്യു അമ്പരന്നു നിൽക്കുകയാണ്.

"മഴയോ.... എവിടെ?" എന്നു പറഞ്ഞ് അയാൾ തലപൊന്തിച്ച് മീനച്ചൂടിലേക്ക് നോക്കുകമാത്രം ചെയ്തു.

എഡ്വിൻ അങ്കിളിന്റെ ഒപ്പം ചരൽക്കുന്ന് ജംഗ്ഷനിൽ ബസ്സിന് കാത്തുനിന്നപ്പോൾ അതുൽ മരങ്ങൾക്കിടയിലൂടെ ക്യാമ്പ്സെന്ററിലേക്ക് നോക്കി. സാധാരണ ഇവിടെനിന്ന് ആ മരങ്ങളെ തിരിച്ചറിയാൻ കഴിയുന്നതും മൊണാസ്ട്രിയുടെ ഗോപുരം കാണുന്നതും അതുലിന് സന്തോഷപ്രദമായിരുന്നു. മരക്കൂട്ടങ്ങൾ അപ്രത്യക്ഷമായിരിക്കുന്നു. പകരം വെളിച്ചത്തിന്റെ ഒരു കീറ് ആ സ്ഥലത്തു കാണാം. ഹോൺ മുഴക്കി പാതയോരങ്ങളെ വിറപ്പിച്ചുകൊണ്ട്, മലമ്പാത ചുറ്റി നീല ബസ് വന്നു. ആഴ്ചയിലൊരിക്കൽ കിട്ടുന്ന അവധി ആഘോഷിക്കാനും, കോഴഞ്ചേരി ടൗണിലെ തിയേറ്ററിലോടുന്ന സിനിമ കാണാനും ചീട്ടിത്തുണി

വാങ്ങാനും ബസ്സിലേക്ക് ഇരച്ചുകയറുന്ന അതിഥി തൊഴിലാളികളുടെ ഇടയിലൂടെ അതുൽ ബസ്സിലേക്ക് നൂണ്ടുകയറി. ബസ് ആദ്യ വളവ് തിരിഞ്ഞപ്പോൾ അതുൽ തല വെളിയിലേക്കിട്ട് ക്യാമ്പ് സെന്ററിലേക്ക് നോക്കി. ചരൽക്കുന്നിനു മുകളിലെ ആകാശം ഉരുണ്ടുതുടങ്ങി. മലമുടിയിലെവിടെയോ മഴ താളം പിടിച്ചുതുടങ്ങി. ക്യാമ്പ്സെന്ററിനു മുകളിൽ മഴ പെയ്യുകയാണ്.... ബസ് ചരൽക്കുന്നിറങ്ങി.